மரப்பல்லி

வா.மு. கோமு

மரப்பல்லி

வா.மு. கோமு

எதிர்
வெளியீடு

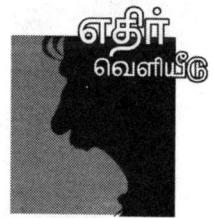

மரப்பல்லி

ஆசிரியர்: வா.மு. கோமு

முதல் பதிப்பு: டிசம்பர் 2013

எதிர்வெளியீடு,
96, நியூ ஸ்கீம் ரோடு, பொள்ளாச்சி - 642002.
தொலைபேசி: 04259 - 226012, 98650 05084.

வடிவமைப்பு: ஜீவமணி

விலை: ரூ. 150

Marappalli
Author: Va.Mu. Komu

First Edition: December 2013

Layout: Jeevamani

Published by
Ethir Veliyedu, 96, New Scheme Road. Pollachi - 2.
email: ethirveliyedu@gmail.com
www.ethirveliyedu.in

Price: ₹ 150

Printed at Chennai Micro Print (P) Ltd., Chennai-29

ஏனுங்கோவ்... வணக்கமுங்கோவ்...
இல்லீங்கோவ்... அது அப்பிடி இல்லீங்கோவ்...
அது அப்படித்தானுங்கோவ்... என்கிற
இலக்கியச்செம்மல் வெளங்காதவனுக்கு!

உங்களோடு...

எல்லோருக்கும் நமஸ்காரமுங்க!

என்னா ஒரு சுகமான அனுபவம் நாவல் எழுதுறதுன்னு இந்தவாட்டி தானுங்க தெரிஞ்சுது! கதையின்னு ஒன்னையும் முடிவு பண்டாமெ ஏற்கனவே வாசகர்களுக்கு அறிமுகமான மங்கலத்து தேவதைகள் நாவலில் வந்த மணிபாரதியை அதே ஊரில் இருப்பதாக எழுதத் துவங்கிய போதே அவன் மனைவியை காரணம் எதுவுமின்றி கொன்றுவிட்டேன். வசதி கருதி பக்கத்து விட்டில் இரண்டு பெண்கள் இருப்பதாக வைத்துக் கொண்டேன். ஒரு முப்பது பக்கம் வருவதை எதுவானாலும் எழுதுவது என்று தான் மெதுவாக சென்றேன். பின் இப்படி இப்படி பண்ணிக்கொள்ளலாமென சில முடிவுகளுக்கு வந்துவிட்டேன். ஐம்பது பக்கத்திலிருந்து நாவல் தன்னை தானே எழுதிக்கொண்டது நடந்து விட்டது. அது நான்கு நாளில் நாவலை முடித்து விட்டது.

இந்த நாவலின் விசேசம் என்னவென்றால் என் மனதின் முடிவுப்படி எதுவும் நடந்தேறவேயில்லை. கடைசி முடிவில் ப்ரியா பேசும் வார்த்தைகள் கூட அவள் என்ன பேசுவாளோ என்று நாவலில் பயணித்த நானே ஆச்சரியமாய் பார்த்துக் கொண்டிருந்தேன். அவள் சின்னதாய் சொல்லி முடித்ததும் நாவலை அவளே முடித்துக் கொண்டாள். அதற்கும் மேல் சொல்ல அங்கு எதுவுமில்லை. இது ஒரு சின்ன நாவல்தான் என்றாலும் லெஸ்பியன் உறவில் விழுந்த இரு பெண்களின் மன ஓட்டத்தை முடிந்த மட்டிலும் சித்தரித்திருக்கிறேன் அல்ல முயன்றிருக்கிறேன் என்று தான் சொல்ல வேண்டும்.

அப்புறம் ஒரு அழகான விசயம் எனது நாவல்களாகட்டும் சிறுகதைகளாகட்டும் எப்போதுமே அதிகம் உண்மைச் சம்பவங்களின் கோர்வைகள் இருக்கும். சிறுகதைகளில் மட்டுமே கற்பனைகளை முயற்சிப்பேன் சிலவற்றுள். அதுவும் கமர்சியல் எழுத்துப் பக்கம் சென்றதால் அது சாத்தியப்பட்டது. மங்கலத்து தேவதைகளில் வந்த ருக்குமணி, பிரேமா

என்று பெயர் வைத்துக் கொண்ட பெண்களை எனது நெருங்கிய வாசகர்கள் மங்கலத்தில் அட அப்படிங்களா? என்று காய்கறிகள் வாங்கிப்போகும் அவர்களை பார்த்து அதிசயித்திருக்கிறார்கள். அது இந்தமுறை முதன் முதலாக நடக்காது. மரப்பல்லியில் வந்த கேரக்டர் இது தானுங்க என்று நான் நண்பர்களுக்கு காட்டவோ, அறிமுகப்படுத்தவோ முடியாது.

இந்த நாவல் சரியான கற்பனை. இதில் வரும் பெண்கள் யாரும் நிஜத்தில் இல்லை. அவ்வளவுதான் வா.மு. டொண்டொடொய்ங்! என்றும் யாரும் நாவலை முடித்தவர்கள் சொல்ல முடியாது இதனால். நடந்த விசயங்களில் கொஞ்சம் அது இது என்று மிக்ஸிங் சேர்த்தி அமர்க்களம் பண்ணிக் கொண்டிருந்தவன் அதிலிருந்து விலகுகிறேன் இந்தமுறை. முழுமையான விலகல் அடுத்த நாவலில் நடந்தேறும். அது விஜயபுரி என்கிற சரித்திர நாவல் முயற்சியாக இருக்கலாம் என்று திட்டம் போடுகிறேன். புதிதாக முடியாதனவற்றுள் நுழைந்து சோதித்துப் பார்க்க இறங்கும் ஆசை வந்துவிட்டது.

ஒவ்வொரு நாவலும் முடிவுக்கு வந்ததும் ஒரு விநோதமான மனநிறைவு இருக்கும். இந்தமுறை அந்த நிகழ்வு கர்வமாகவும் கொண்டாட்டமாகவும் இருக்கிறது. செய்ய வேண்டிய பணிகள் இன்னும் நிறைய உள்ளன தான். அதை நோக்கி இந்த வருடம் பயணிக்கத் துவங்குவேன். புத்தக வாசிப்பு சென்ற வருடத்தில் குறைந்து விட்டது என்பது மிக வருத்தத்திற்குரிய விசயமாகிவிட்டது எனக்கு. சென்ற வருடத்தில் நான் வாசித்தது இரண்டே புத்தகங்கள். ஒன்று என் பெயர் பட்டேல், இன்னொன்று நூற்றாண்டுகாலத் தனிமை! அப்புறம் படித்தனவெல்லாம் டெக்ஸ் வில்லர், இரும்புக்கை மாயாவி! என்னா ஒரு துக்கம் பாருங்க!

மரப்பல்லி எழுதுவதற்கு ஒருநாள் முன்பாக வாசித்தது என் லேப்டாப்பில் காப்பி பேஸ்ட் செய்திருந்த ஜெயமோகனின் அனல்காற்று. அது இலக்கியமும் இல்லாம கமர்சியலும் இல்லாம மிக்ஸிங்கா இருக்குன்னு பேசினவங்ககிட்ட சொல்ல அவிங்க புத்தகம் வாங்கி படிச்சுட்டு சூப்பருங்க என்றார்கள். நல்லவேளை தப்பிச்சேன்.

இத்தனை காலமும் கையில் எழுதிக் கொண்டிருந்தேன் லாங்சைஸ் ஒருகுயர் நோட்டில்! இந்த வருடம் வரும் என் இரண்டு புதிய நாவல்களும் எனக்கு ஜெராக்ஸ் எடுத்து, கொரியர் செய்து, புரூப் வந்து, அதைத் திருத்தி கொரியர் செய்து என்ற பல வேலைகளை மிச்சப்படுத்திவிட்டது. டைப் செஞ்சுட்டு இருக்கீங்களே, பார்த்துப் பார்த்து வேற அடிப்பீங்க.. கையில எழுதுற மாதிரி மனசு ஓட்டம் எழுத எழுத வருதுங்ளா? என்றார்கள். அது பிரச்சினை இல்லீங்க. இது சூப்பரு!

சித்திரமும் கைப்பழக்கம். ஒரு புதிய விசயத்தில் நுழைந்து கற்றுக் கொள்ள ஆர்வம் மட்டுமே ஒருவனிடம் இருந்தால் போதுமானது தான். அந்த ஆர்வம் அவனை கற்றுக் கொள்ளச் செய்துவிடும். கற்றுக் கொண்டபிறகு இவ்வளவு தானா! இத்தனை நாள் கிட்டப் போகாமல் மிரண்டு தாமசம் பண்ணி விட்டோமே என்று பிறகு தோன்றும்.

எனது கவிதைத் தொகுதியில் WWW.யாயாலாக்க.COM என்றொரு தலைப்பில் கவிதை இருக்கும். அதை எழுதுகையில் மூனுஷாவின் குளியல் காட்சி பிரபலம். டாட்காம் என்றால் என்னவென்றே தெரியாமல் கவிதை வேறு எழுதிவிட்டேன். இப்படித்தான் நடக்கிறது எல்லாப் பக்கமும். அது தான் எனக்குத் தெரியுமே! அதுதான் எனக்கு தெரியுமே! என்று சொல்லிக் கொண்டே இருப்பவனிடம், என்ன தெரியும் என்று நுழைந்தால் அதான் நீங்க சொல்லிட்டு இருக்குறது தான் என்பான். அதே நிலை தான்!

அப்புறம் பொதுவான வாசக நண்பர்களே! இந்த நாவலில் பாலியல் இருக்கிறது ஐய்யோ! என்று புதிதாய் மீண்டும் குரலு கொடுக்காதீர்கள். ஏன் இருக்கிறது என்றெல்லாம் நான் விலக்கிச் சொல்லிக் கொண்டிருக்கப் போவதில்லை. ஒரே ஒருமுறை சாந்தாமணி நாவல் ஏன் இப்படி பாலியலை மையமாக வைத்து பட்டாஸ் கிளப்புகிறது என்றார்கள். அப்போதும் ஒரே வார்த்தையில் முடித்துக் கொண்ட பதிலை மீண்டும் இங்கு சொல்ல மாட்டேன். இதுவும் ஒரு வாழ்க்கை என்ற அளவில் மட்டுமே இந்த சின்ன நாவலைப் பாருங்கள். அதுதான் இந்த சின்ன முயற்சிக்கான வெற்றியும் கூட! ஏனென்றால் ப்ரியாக்கள் உங்கள் வீட்டிலும் உங்கள் அருகாமை வீட்டிலும் கூட இருக்கலாம். அடக்கருமத்தே அதைத்தான அவன் எழுதினான் என்று அப்போது சொல்வீர்கள். ஏனென்றால் ஜெனிக்களும், வசந்திகளும், சந்திரிகாக்களும் வாழ்ந்து கொண்டிருக்கும் உலகம் தான் இது.

என் சமீபகால ஆசைப்படியே இந்த நாவலை சிறப்பான தயாரிப்பில் கொண்டுவரும் எதிர்வெளியீடு பதிப்பகத்திற்கு என் நன்றிகள்!

அன்போடே என்றும்...

வா.மு. கோமு

அலைப்பேசி: 98654 42435

vaamukomu@gmail.com

நன்றி

■ சண்முகன் கோபால் ■ அரங்கன் தமிழ் ■ அருண்குமார், நாமக்கல்
■ தாமோதர் சந்ரு ■ அலாவுதீன் ■ பொன் வாசுதேவன் ■ அவைநாயகன்
■ ஈங்கூர் ரகு ■ காளிதாஸ், திருப்பூர் ■ வீடு சுரேஷ்குமார் ■ வால்பையன்
■ புலியூர் முருகேசன் ■ கீதாஞ்சலி பிரியதர்சினி ■ ஜெகதீஷ்வரி
■ குருசந்தர், சேலம் ■ இனிது கார்த்திகேயன் ■ சஞ்ஜீவி குமார்
■ திருமேனி கருப்புசாமி, கோவை ■ கீ.ச. திலீபன் ■ குறி மணிகண்டன்
■ மலைகள்.காம் ■ முகநூல் நண்பர்கள்

1. மரப்பல்லி

பக்கத்து வீட்டிலிருந்து அந்தப்பாடல் ஒலித்துக் கொண்டிருக்கையில் மணிபாரதி இந்தப்பாடலை இப்போது தான் முதலாக கேட்கிறோம் என்று நினைத்தான். “அடியே! அடியே...ஏ...! என்ன எங்கே நீ கூட்டிப்போறே...!” பக்கத்து வீட்டு பாலான் திரும்பத் திரும்ப அதே பாடலை கேட்டவண்ணமே இருந்தான். பார்க்கையில் திருப்பூர் போய் கம்பெனியில் காதலில் விழுந்து விட்டான் போலவே மணிபாரதிக்குப் பட்டது.

மணிபாரதி பாடல்கள் கேட்கும் வழக்கத்தை ரொம்ப காலம் முன்பே விட்டொழித்து விட்டான். பாடல்கள் கேட்பது மனதுக்கு இனிமை தருவது என்று எந்த கம்மினாட்டிப் பயல் சொன்னான் என்று தெரியவில்லை. வாழ்வில் பிரச்சினைகளையே தோளில் போட்டுக் கொண்டு திரிபனுக்கு பாடல்கள் எரிச்சல் கூட்டும் தான். மனைவி சாந்தியை விபத்தில் பறி கொடுத்தவன் மூன்று வருடங்களாகவே கம்புளியம்பட்டியில் ஆள் இருக்கிறானா? என்பது மாதிரியே இருந்தான். பாப்பாவுக்காகத்தான் உயிர் வாழ்ந்து கொண்டிருப்பதாய் அவனே தன்னுள் நம்பிக்கையை வளர்த்துக் கொண்டான்.

முப்பத்தி ஐந்து வயதில் தன் வாழ்க்கை இப்படி தனித்துப்போய் விட்டதுக்கு யாரையும் குற்றம் சொல்லாமல் தன்னையே குற்றவாளியாக்கிக் கொண்டான் மணிபாரதி. ஊரில் இத்தாப் பெரிய வீட்டில் இவனும் பாப்பா ரம்யாவும் மட்டுமே இருந்தார்கள். பாப்பா பெருந்துறையில் காந்தி மெட்ரிக் பள்ளியில் இரண்டாம் வகுப்பு படிக்கிறாள். அவளையொத்த பிள்ளைகள் எல்லாம் ஊரில் இருந்து அங்கு தான் சென்று படிக்கிறார்கள். காலையில் எட்டு மணியைப் போல மஞ்சள் நிற வர்ணமடித்த பள்ளி வேன் வருகிறது. அது திரும்பவும் மாலையில் ஐந்து மணியைப் போல

ஊருக்குள் வருகையில் எல்லாக் குழந்தைகளும் வீடுகளுக்கு திரும்பி விடுகின்றன.

மணிபாரதி பெயிண்டராய் போய் விட்டதால் ஐந்து மணிக்கெல்லாம் வீடு திரும்புவது என்பது சாத்தியப்படாது. பாப்பாவிடம் வீட்டு சாவி இன்னொன்று இருக்கிறது. பக்கத்து வீட்டு பரிமளம் அம்மா தான் பாப்பாவுக்கு ஹார்லிக்ஸ் கலந்து கொடுத்து விட்டு போய்விடும். பாப்பா அதன் பின் ஹோம்வொர்க் செய்வதில் ஆழ்ந்து விடுவாள். மணிபாரதி எப்படியும் ஏழு மணியைப் போல வீடு வந்து விடுவான். புலவர்பாளையத்திலிருக்கும் இவன் மாமனார் கூட பலமுறை இவனிடம் பாப்பாவின் நலனுக்காகவாவது இன்னொரு திருமணம் செய்து கொள்ளும்படி. சொல்லிச் சொல்லி சலித்துப்போனவர் பின் அந்தப்பேச்சையே விட்டுவிட்டார். அவருக்கு ஒரே வருத்தம் தன் பெண் அம்மா இல்லாமல் வளர்ந்தது போலவே அவள் மகளுக்கும் அப்படி ஆகிவிட்டதே என்று.

மூன்று வருட காலத்தில் தான் ஒரு சாமியாராகி விட்டோமோ என்ற எண்ணம் தான் அவனுக்குள் இருந்தது. எந்த நேரமும் பெண் வாசனையோடு இருந்தவனல்லவா அவன். தவிர மாமனாரும், சொந்த பந்தமும் சொன்னது மாதிரி இன்னொரு பெண் வந்தால் என்ன என்று யோசிக்கையிலேயே பாப்பாவின் முகம் அவன் கண்களின் முன் வந்து, இன்னுமா? என்றே கேட்டது. பெண் ஒரு புதிர் லொட்டு லொசுக்கு எல்லாவற்றையும் முப்பத்தி இரண்டு வயதிற்குள் மணிபாரதி தெரிந்து கொண்டதால் ஒதுங்கிக் கொண்டான். இருந்தும் சில நேரங்களில் தாகம் எடுப்பது போல இவனுக்குள் பெண்ணின் நினைப்பு தோன்றி தாகமாய் இருக்கும். இவன் முன்பு பார்த்த படங்களில் பெண்கள் காமத்தை தீர்க்க இரவு வேளையிலும் பாத்ரூம் போய் தலையோடு குளிர்ந்த நீரை கொட்டிக் கொள்வதை நினைப்புக்கு கொண்டு வந்து இவனும் போய் தலையோடு தண்ணீரை ஊற்றிக் கொள்வான்.

பூசாரி தின்னீரு நெற்றியில் இட்டு பொட்டணமாய் கையில் கொடுத்து வீட்டுக்கு அனுப்பிவிட வீடு வந்ததும் காய்ச்சல் குணமான குழந்தை விளையாட ஓடுவது நம்பிக்கையின் பாற்பட்ட விசயமாகிப் போகிறது. அப்படித்தான் இவனுக்கும். தண்ணீரில் நனைந்ததும் தனக்குள் பெண் நினைப்பு இல்லை என்று படுத்துறங்கத் துவங்கினான். சாந்தி தன் அருகில் படுத்தபடி இன்னம் தூக்கம் வரலியா? இன்னிக்கி வேலை ஜாஸ்தியா? கால் அமுக்கி விடவா? என்று கேட்பதாய் நினைத்து மேலும் துக்கப்பட்டு படுக்கையில்

எழுந்து அமர்ந்து கொள்வான். அருகில் பாப்பா ரம்யா கழுத்து வரை போர்வை போர்த்தியபடி தூங்கும் அழகை விடியும்வரை பார்த்தபடி புள்ளையார் போல் அமர்ந்திருப்பான். மனைவி இல்லாத கணவர்களுக்கே இத்தனை துக்கம் இருக்கிறதென்றால் கணவனை இழந்த பெண்களுக்கு?

ரம்யா எப்போதும் அவள் அம்மாவைப் போலவே தான். இவன் வீடு வந்து விட்டால் போதும். பள்ளியில் இன்று அப்படியாக்கும் இப்படியாக்கும் என்று கதையடிக்க ஆரம்பித்து விடுவாள். இந்தப் பழக்கம் சாந்திக்கும் இருந்தது அப்போது. இன்னிக்கு கிளாஸ் ரூம்ல ஒரு பையன் மயங்கி விழுந்துட்டானுங்க! என்று ஆரம்பித்தாள் என்றால் அந்தப்பையன் தெளிந்து எழுந்த பிறகு அவன் வீட்டுக்கதை பூராவும் கேட்டுத் தெரிந்து இவனிடம் ஒப்பிப்பாள். டீச்சர்கள் எந்த நேரமும் டீச்சர்களாகவே இருக்கிறார்கள் என்பது தான் இவன் தெரிந்து கொண்டது.

மணிபாரதி குளித்து முடித்து துண்டால் தலையைத் துவட்டிக் கொண்டு வந்த போது ரம்யா டிவியில் டாம் அண்டு ஜெர்ரி பார்த்துக் கொண்டிருந்தாள். அந்தப்பூனை பயங்கரமாய் எலியை துறத்தியபடி ஓடிக் கொண்டிருந்தது. பாப்பா வாய்விட்டு அடிக்கடி சிரித்தபடி இருந்தாள். பாப்பாவுக்கு கார்ட்டூன் பொம்மைகளை பார்க்க பழக்கிவிட்டது சாந்தி தான். இவளுக்கு காட்டும் சாக்கில் அவள் தான் அதில் ஆழ்ந்திருப்பாள். நல்லவேளை நாடகம் பார்க்க ரம்யாவிற்கு பழக்கப்படுத்தவில்லை. இவன் போய் அவள் அருகில் அமர்ந்தான். பாப்பா டிவியை ரிமோட்டால் அணைத்து விட்டு, "என்ன நெனைப்புல குளிச்சுட்டு வந்தேப்பா?" என்றாள். தோரணை அப்படியே சாந்தி மாதிரியே இருக்க, புரியாமல் பார்த்து, என்னடா? என்றான்.

"என்ன சோப்பு போட்டு குளிச்சுட்டு வந்திருக்கே? ஐய்யோ ஐய்யோ"

"டெட்டால் உன்னுதை எடுத்து போட்டுட்டனா?"

"ரின் சோப்பு வாசம் வீசுது... தொவைக்கிற சோப்பை யாராச்சிம் போட்டு குளிப்பாங்களா?"

"ஆமால்ல!"

“என்ன லோமால்ல? முடியெல்லாம் வெள்ளையாப் போயிடும் உனக்கு சீக்கிரம். என்ன சோப்பு போட்டு குளிக்கறம்னு கூடத் தெரியல உனக்கு. இதுல எனக்கு வேற எப்பப்பாரு நொய்யி நொய்யின்னு அட்வைசு!”

“சரிவுடு, ஒருநாள் தலைக்கிப் போட்டு குளிச்சதால எல்லாம் முடி வெள்ளை ஆயிடாது. சரி பக்கத்துவீட்டு பரிமளா அம்மாட்டவெல்லாம் சொல்லிட்டு சிரிக்கக்கூடாது நான் இல்லாதப்ப”

“க்கும்..., இதை இனி அந்தம்மாகிட்ட வேற சொல்லோணுமா!”

“சரி ரின் சோப்பு எங்க பாத்ரூமுக்குள்ளார வந்துச்சு? காலு மொளைச்சா? அது எப்பவும் துவைக்கிற கல்லுக்கிட்டத்தான இருக்கும்?”

“நான் தான் இன்னிக்கி லீவ்ங்றதால என் ட்ரெஸ்சை துவைச்சேன் பாத்ரூம்ல. அப்படியே அங்கயே வச்சுட்டேன். இந்தக் கூத்து ஆகுமுன்னு தெரியலையே”

“வண்ணாங்கிட்ட சொல்லிட்டு போயிருந்தனே! அவன் வரலியா?”

“வண்ணான்னு அவனை சொல்லாதேப்பா. அவன்கிட்ட ஒருக்கா கேட்டேன்பா நானு. ஏன் எல்லோரும் உன்னை வண்ணான்ங்றாங்கன்னு? சிரிக்கிறான்பா! துணி துவைக்கிறதனால சொல்றாங்களாம் அப்படி! நீ வேணா துணி துவைப்பவர்னு சொல்லு தாயிங்றான். நான் அவனுக்கு தாயாம்! இன்னிக்கி அவன் இங்க வரலைப்பா! அப்பா எனக்கு மேத்ஸ் சரியா வரமாட்டேங்குது. அதனால சந்திரிகா டீச்சர் என்னை க்ளாஸ்ல திட்டிட்டே இருக்காங்கப்பா! எல்லா ஸ்டூடண்ட்ஸூம் சிரிக்கறாங்க! எனக்கு நீயாச்சிம் சொல்லிக் குடுன்னா எனக்கென்ன தெரியும்னு சொல்லிடறே ஒரே வார்த்தையில!”

“அந்த டீச்சர் எந்த ஊரும்மா? தெரியாததை சொல்லிக் குடுக்காம அதென்ன பழக்கம் கிளாஸ்ல பிள்ளைங்களை திட்டுறது? உங்க ஹெட்மிஸ்கிட்ட நாளைக்கி வந்து ரிப்போர்ட் பண்ணிடறேன்”

“வேண்டாம் சாமி!” என்று கும்பிட்டாள் ரம்யா. இவனுக்கு சிரிப்பு வந்தது. சாந்தியும் இப்படி கும்பிடு போடுவது ஞாபகத்தில் வந்தது.

"ஏன் வேண்டாங்கறே பாப்பா?"

"நான் அந்த டீச்சர்கிட்ட டியூசன் போகட்டுமாப்பா?"

"அந்த டீச்சர் பெருந்துறையிலயா இருக்காங்க?"

"இல்லப்பா, இங்க தான் சரளையில இருக்காங்க. அவங்க பையன் கூட என் கிளாஸ் தான். ஆனா பெரிய கல்ட்டின்னு எப்பவும் அவனுக்கு நெனப்பு. பந்தா உட்டுட்டே இருப்பான். சிடில புதுப்படத்தை பார்த்துட்டு வந்துட்டு கிளாஸ்ல பீலா உட்டுட்டே இருப்பான். அவனுக்கு இங்லீஸ் சரியா வராது."

"அவன் இவன்ங்றயே அவனுக்கு பேரு அவங்கம்மா வைக்கலியா?"

"பீட்டராமா ஸ்கூட்டராமா"

"ஓ! பீட்டரா! சரி அந்த டீச்சர் எல்லோருக்கும் டியூசன் எடுக்கறாங்களா? அது தெரியணும்ல மொதல்ல"

"அவிங்க டியூசன் எடுக்கறாங்களான்னு எனக்கு தெரியாதேப்பா"

"அவிங்கதான் திட்டறாங்க அப்படிங்கறே. பின்ன எதுக்கு அவிங்ககிட்டயே டியூசனுக்கு நீ போறேங்கறே? உள்குத்தா?"

"நல்லா சொல்லித்தருவாங்க சந்திரிகா டீச்சர். ஆனா எனக்கு இங்க தான் ஏற மாட்டிங்குது" என்று தலையை கையால் காட்டினாள். பெரியவள் ஆக ஆக அம்மாவின் அத்தனை சேஸ்டைகளும் இவளுக்கு வந்துவிடும் போல இருக்கே! என்று இவன் நினைத்தான்.

"ஸ்கூட்டர் அங்க இருப்பானே. உனக்குத்தான் அவனை பிடிக்காதே!"

"அதுக்கெல்லாம் பார்த்துட்டு இருக்க முடியாதுப்பா! அவன் இருந்தா இருந்து சாட்டாறான். நான் கண்டுக்காம உட்டுடறேன். நொந்து நூடுல்ஸ் ஆயிடுவான். அப்பா இன்னிக்கி நூடுல்ஸ் செஞ்சு குடுப்பா சாப்பிட! ம்..., வேண்டாம் வேண்டாம் திங்கக்கிழமை செஞ்சு குடுப்பா. டிபன்ல மதியத்துக்கு கொண்டு போறேன். ஆனா காரம் ஜாஸ்தியா போட்டுடாதே அன்னிக்கி மாதிரி"

“இன்னிக்கும் செஞ்சுக்கலாம், திங்கக்கிழமையும் செஞ்சுக்கலாம்.” என்றான் மணிபாரதி. அப்போது வீட்டினுள் பரிமளம் அம்மாவின் பெரிய பெண் வசந்தி வந்தாள்.

“இந்த சன் டிவிய சித்த போடுங்கண்ணா! தனுஷ் படம் ஓடிட்டு இருந்துச்சு எங்க வீட்டுல! இந்த கொமுறி பிரியா வந்ததீம் கலைஞர் டிவிதான் பார்ப்பேன்னு உக்காந்துட்டா! அதுல சூர்யா படம் ஓடுது.”

“எங்க வீட்டுல இன்னிக்கி நூடுல்ஸ் வசந்தி! டிவி பார்த்துட்டு இருந்தீன்னா உனக்கும் துளி குடுப்போம். ஆனா வெங்காயம் மொளகா எல்லாம் டிவி பார்த்துட்டே நறுக்கித்தரணும் நீ” என்றாள் ரம்யா. பரிமளம் டிவி முன்பு போய் சம்மணம் போட்டு அமர்ந்து கொண்டாள். “போடு சாமி!” என்றாள் ரம்யாவிடம். ரம்யா டிவியை ஆன் செய்து சன் டிவி போட்டாள். பின் சமையல் அறைக்குள் சென்றாள். “ஊஸ் யப்பா” என்று வசந்தி முந்தானை சேலையை கையில் எடுத்து முகம் நோக்கி உதறிக் கொண்டாள். “இந்த காத்தாடியத்தான் சித்த போட்டு உடுங்களேண்ணா! இப்படி காசு மிச்சம் பண்ணி என்ன பண்ணப் போறீங்க? உப்புசம் பாருங்க” என்று இவனை ஓரக்கண்ணால் பார்த்தபடி கைக்கு அடக்கமான மார்பகங்களை இவனுக்கு பார்க்க காட்டினாள் வசந்தி.

மணிபாரதி எழுந்து போய் சுவிட்சைப் போட்டான். பின், “ஏன் இந்த மாதிரி பண்றே வசந்தி?” என்றான்.

“எந்த மாதிரியண்ணா? ஃபேனை போடச் சொன்னது ஒரு குத்தமா உங்களுக்கு?”

“இல்ல நான் அதை சொல்லலை வசந்தி! நீ பண்ற வேலையத்தான் சொல்றேன்”

“ஆமா, எல்லாம் நீங்க பாக்காததுகளாட்டமும், புடிக்காதது களாட்டமும் தான் பேசுவீங்க! நெசமா சொல்லுங்கண்ணா, இப்ப நீங்க பாக்கலை?”

“தனுஷ் சண்டை போடறான் சித்த நீ அதைப் பாரு வசந்தி” என்று இவன் சொன்னதும் முகத்தை இவனுக்கு சுளித்துக் காட்டி விட்டு டிவி பார்த்தாள் வசந்தி. ரம்யா சொன்னது போலவே அவள் முன்பாக சூரிக்கத்தியோடும், வெங்காயம், மிளகாயோடும் வந்து அமர்ந்தாள். வசந்தி வெங்காயத்தை உறிக்கையிலேயே தெரிந்தது கோபமாய் இருப்பது. ஒரு பெண் எதற்கெல்லாம் கோபப்படுவாள்

என்று இவனுக்குத் தான் தெரியுமே! அவர்களுக்கு எப்போது வேண்டும் என நினைக்கிறார்களோ அப்போதே அதுவும், எதுவாயினும் வேண்டும் தானே!

வசந்தியை மூன்று வருடம் முன்புதான் காங்கேயத்திற்கு கட்டிக் கொடுத்தார்கள். திருமணம் விசயமங்கலம் நடராஜா மண்டபத்தில் தடபுடல் என்று தான் நடந்தது. இவனும் சாந்தியும் மாலையில் மண்டபத்திற்குப் போனவர்கள் காலையில் பொண்ணு மாப்பிள்ளையை காங்கேயத்திற்கு கார் ஏற்றி அனுப்பி விட்டுத்தான் வீடு வந்தார்கள். கட்டிக்கொடுத்த இடத்தில் ஒழுக்கமாக பிழைக்காமல் அடிக்கடி வீட்டுக்கு கோபித்துக் கொண்டு வந்து விடுவாள். அவள் கணவன் தேங்காய் களம் போட்டிருந்தான். அத்தனை இடைஞ்சலிலும் இவளைக் கூட்டிப்போக கம்பளியம்பட்டி வருவான்.

அவன் வீடு வந்ததும் இவளுக்கு தொக்கு ஏறிவிடும். “உம்பட தேங்கா களத்துல சம்பளமில்லாம வேலை செய்ய நானு இளிச்சவாச்சியா?” என்றே கணவனிடம் கேட்பாள். கூட்டிப்போக வந்தவன் அப்பாவியாய் நிற்பான். போட்டுட்டு வந்த அஞ்சு பவுனு நகையை வித்து களத்தை பெருசு பண்றேன்னு அழிச்சுப்போட்டில்ல! குடு அதை! என்றே கத்திக் கொண்டிருப்பாள். ஆனால் எல்லாம் சித்தங்கூரியம் தான். மறுபடி ஒரு சத்தம் அந்த வீட்டிலிருந்து வெளியே வராது. கோழிக்கொழம்பு வாசம் ஊரெங்கும் அந்த வீட்டிலிருந்து பரவிக்கிடக்கும் அது வெள்ளிக்கிழமை என்றாலும்.

காலையில் சீவிச் சிங்காரித்து பொட்டு பூவெல்லாம் வைத்துக் கொண்டு இவள் ஊருக்குப் போவதை ஊரில் ஒரு வீடு பாக்கி இல்லாமல் சொல்லிப்போவாள். இல்லாவிட்டால் வாழா வெட்டியாய் வந்துவிட்டாள் என்று பேசி விடுவார்கள் என. எல்லாம் மூன்று மாதம் போலத்தான். பின் பழைய குருடி கதவைத் திறடி கதை தான். அவனும் எத்தனை முறை தான் வந்து இவளைத் தாங்கித் தாங்கி கூட்டிப் போவான்!

இந்தமுறை இவள் வீடு வந்து ஐந்து மாதம் போல் ஆகிவிட்டது. இன்னமும் மாப்பிள்ளையைக் காணோம். ஒரு குழந்தை குட்டி பிறந்திருந்தால் இப்படி காங்கேயத்திற்கும் கம்புளியம்பட்டிக்கும் சொய்ங் சொய்ங்கென நடந்திருக்க மாட்டாள் என்று இவள் அம்மா பரிமளம் சொல்லும். இது போக இவள் தங்கை வேறு திருமணத்திற்கு தயாராய் இருக்கிறாள். அவளுக்கும் மாப்பிள்ளை

பார்த்துக் கொண்டிருக்கிறார்கள். அவளோ ஊத்துக்குளி அருள் நிட்டிங் கம்பெனிக்கு வேன் ஏறிப் போய் வந்து கொண்டிருந்தாள். அவளுக்கு ஜாதகத்தில் கோளாறு என்று ஊருக்குள் அரசல் புரசலாக பேச்சு ஓடிக் கொண்டிருந்தது.

அது என்ன கோளாறு என்று பேசுபவர்களுக்கும் தெரியவில்லை. உள்ளூர் ஜோசியகாரனிடம் இவர்கள் பார்த்திருந்தால் அவன் இந்த நேரம் தண்டோரா போட்டிருப்பான். இவர்கள் அவனிடம் தான் ஜாதகத்தை பார்க்கத் தூக்கிப் போவதில்லையே! ஒருவேளை கட்டியவன் மொதல் ராத்திரியில் மண்டையை போட்டு விடுவான் என்றிருக்கிறதோ என்று இவன் நினைத்துக் கொள்வான். அந்தப் பெண்ணோ அதைப்பற்றிய கவலை சிறிதும் இல்லாமல் நாளொரு சுடிதார் போட்டுக் கொண்டு முகத்தில் வாசனைப் பவுடர் அப்பிக்கொண்டு போய் வந்து கொண்டிருந்தது.

எங்கேயோ கேள்விப்பட்ட கழுதைக்கதை ஒன்று இவன் ஞாபகத்திற்கு வந்தது. அப்படித்தான் ஒரு வண்ணான் வீட்டில் பொதி சுமக்கும் கழுதை ஒன்று இருந்ததாம். அதுக்கு எப்போதுமே தீனிப்பஞ்சம் இருந்து கொண்டே இருந்ததால் அதன் உடல் இளைத்துப்போய் பார்க்க நாளைக்கே செத்துவிடும் உயிரினம் போல் இருந்ததாம். ஒருநாள் அந்த வீட்டு வழியாக நல்ல கொழுத்த கழுதை ஒன்று க்ராஸ் செய்கையில் இதனை பார்த்துவிட்டது.

“என்ன சோத்துக்கு செத்தவனாட்டம் அவட்டை கழண்டு போய் கிடக்கே! என்ன வயசு உனக்கு?”

“அதா! எனக்காச்சு ஒரு கழுதை வயசு”

“என்ன இப்படிச் சொல்லிப்போட்டே! உன்னவிட வயசுல மூத்தவன் நான். எப்படி இருக்கேன் பார்த்தீல்ல! சிக்ஸ்பேக் காமிக்கறேன் பாரு. நான் பக்கத்து காட்டுல இருக்கேன். நல்ல தீனி அங்க எறிஞ்சு கெடக்குது திங்க ஆள் இல்லாம. நீ என்னடான்னா துளீ தின்னுட்டு பொதி சுமந்துட்டு கெடக்கே! வா! கிளம்பு போவோம் காட்டுக்கு”

“நான் வரலை சாமி. நான் இங்கியே இருந்துக்கறேன்”

“விசுவாசமா?”

“விசுவாசமாவது மண்ணாங்கட்டியாவது! என் எஜமான் பொண்ணு ஒருத்தனை விரும்புறா போல! எஜமானுக்கு தெரிஞ்சு போயி

அவளை தாக்கு தாக்குன்னு தாக்கிட்டாப்ல ஆறு மாசம் முந்தி. அப்ப அவரு சொன்னாரு, "அந்தா நிக்குது பாரு கழுதை, அதுக்கு கட்டி வச்சாலும் கட்டி வைப்பேனே தவுத்து அந்தப்பயலுக்கு உன்னை கட்டிக் கொடுக்க மாட்டேன்னு ஒரே முடிவா சொல்லிப்போட்டாரு. அதான் எனக்கு கட்டி வைப்பாருன்னு காத்துட்டு இருக்கேன்"

"உன் எசமான் பொண்ணு அப்படி டாப் பிகரா?"

"ஏதோ ஏழைக்கித் தகுந்த எள்ளுருண்டை மாதிரி இருப்பாள்" அப்படின்னுச்சாம். அது போல ப்ரியாவுக்கு தகுந்தவன் அவள் கம்பெனியில் கூட இருக்கலாம், எப்போது வேண்டுமானாலும் மாலையும் கழுத்துமாய் வாசலில் வந்து நிற்கலாம் என்று இவன் நினைத்துக் கொண்டான். ச்சே! என்ன மனது இது? இப்படி ஊசைத்தனமாகவே நினைத்துத் தொலைக்கிறதே! ப்ரியாவை அவ்விதம் தப்பிதமாய் யோசிக்க என்னிடம் என்ன தகுதி இருக்கிறது? என்று யோசித்தவன் தயாராயிருந்த தட்டையும், சூரியையும் எடுத்துக் கொண்டு சமையல்கட்டு சென்றான். வசந்தி பின்னாலேயே சமையல்கட்டு வரை வந்தாள்.

"நீங்க கடலை எண்ணெய், கடுகு, எல்லாம் எடுத்து வையுங்கண்ணா நானே சமைச்சுத் தர்றேன்" என்றாள்.

"தனுஷ் படம் பாக்கலைன்னா பைத்தியம் புடிச்சுடும்னு வந்தே அதை விட்டுட்டு சமையல் செய்யுறேன்னு வந்துட்டே?"

"அண்ணன் சிரமப்படக் கூடாதுன்னுதான். அப்பத்தான அண்ணன் என்னை கவனிச்சுக்கும்"

"எதுக்கு கவனிச்சுக்குவான் உங்கண்ணன்?" என்றவன் அவளுக்கு தேவையான சாமான்களை எடுத்து மேடையில் வைத்தான்.

"எல்லாத்துக்கும் தான்" என்றவள் கேஸ் ஸ்டவ்வை பற்ற வைத்து வடைச்சட்டியை மேலெடுத்து வைத்தாள்.

"நெனப்பு வந்து பொழப்பக் கெடுத்துடுமாம். ஊரே கூடி காங்கேயத்துக்கு கட்டிக் குடுத்து தாட்டி விட்டால் பிச்சுட்டு பிச்சுட்டு ஆத்தாகிட்ட வந்து உக்கோந்துட்டு நேரா நேரத்துக்கு வெதுப்பீட்டு இருந்தா ஒடம்பு எல்லாத்துக்கும் தான் ஆசைப்படும் வசந்தி. பாரு பாம்பு சீறுற மாதிரி மூச்சு உடறே!"

"ண்ணோவ்! தள்ளிப்போயிருங்க ஆமா! கிட்ட நின்னுட்டு உசுப்பேத்திட்டு இருந்தீங்கன்னா நானே எதாச்சிம் பண்ணிடுவேன் இவத்திக்கே! பாப்பா இருக்காள்னு கூட பாக்க மாட்டேன்"

"அதை இங்க பண்ணாதே வசந்தி. போயி காங்கேயத்துல உன் ஊட்டுக்காரன் கிட்ட பண்ணு. அவன் இப்ப ஊர்ல எந்த சமையல் கட்டுல எவகிட்ட நின்னு ஒரசீட்டு இருக்கானோ"

"அவனும் போயி ஒரசீட்டாலும்"

"என்ன நீ ஊட்டுக்காரனை மரியாதை இல்லாம அவன் இவன்னே பேசுறே? உங்கொம்மா அப்படித்தான் உங்கப்பாவை கூப்பிடுதா? நல்ல பழக்கம் பழகி இருக்கே போ" என்றவனை வடைச்சட்டியில் அப்படியே சட்டுவத்தை விட்டு விட்டு வந்து இவனே எதிர்பாராவண்ணம் இறுக்கி கட்டிக்கொண்டு மொச்சு மொச்சென இவன் கன்னத்தில் முத்தமிட்டாள் வசந்தி.

"உன்னை போகச் சொன்னேன்லண்ணா அப்பலையாவே! கேக்காம நின்னுட்டே இருக்கே!" என்றவள் தன் பிடியை இன்னும் இறுக்கி தன்னுள்ளேயே அவனை புதைத்துக் கொள்பவள் போல தவித்து எக்கினாள். இவன் அவளை விலக்க முயற்சியெடுத்து தோற்றான். உடும்புப் பிடி என்பார்களே! அது!

"உடுடி என்னை பேக்கு" அவளின் முத்த மழைக்கு இவனும் தடுமாறிப் போனான். இவன் மார்பை வெறி கொண்டவள் போல ஒரு கடி வைத்து விட்டுத்தான் விலகினாள் வசந்தி. மார்பில் வலி இவனுக்கு பயங்கரமாய் இருந்தது. அவளோ புன்னகையோடு கொதிக்கும் தண்ணீரில் நூடுல்ஸ் பாக்கெட்டை பிய்த்து கொட்டிக் கொண்டிருந்தாள்.

"பேய் தாண்டி உன்னை பிடிச்சிருக்கு" என்றவன் அங்கிருந்து ஹாலுக்கு வந்து ஷோபாவில் அமர்ந்தான். பாப்பா கார்ட்டூன் நெட்வொர்க்கில் இருந்தாள். "அண்ணோவ் கடி எப்படி?" என்று சமையல் அறையிலிருந்து வசந்தி குரல் கொடுத்தாள். இவன் தன் சட்டைக்குள் கைவிட்டு அவள் கடித்த இடத்தை தடவிப்பார்த்தான். அப்படியே அவளின் முன்பற்களின் பதிவு குழி குழியாய் தடம் போட்டிருந்தது போலிருந்தது.

வசந்தி குள்ளக்கத்திரிக்காய் தான். அவள் இறுக்கி அணைக்கையில் மார்புகள் இரண்டும் இவன் நெஞ்சாங்கூட்டுக்கும் சற்று கீழே

தான் பதிந்து அழுத்தின. அந்த இடத்தில் இன்னும் அவைகள் பதிந்திருப்பதாவே இவனுக்கு தோன்றியது. எதுவுமே நடக்காதது போல் வசந்தி அடுப்பை நிறுத்திவிட்டு வந்து டிவி முன்பாக அமர்ந்தாள். இவன் பித்துப் பிடித்தது போல அமர்ந்திருப்பது கண்டு, "உங்கப்பா பல்லியப் பார்த்து பயந்துட்டு வந்து உக்காந்துட்டாரு" என்று பாப்பாவிடம் சொன்னாள்.

"எங்க வீட்டுல ஒரு பல்லி கிடையாது வசந்தி. குட்டி பல்லியக் கண்டாலும் எங்கப்பா கொன்னுடுவாரு. தெக்க சயனம் சொல்லுது, மேக்க சயனம் சொல்லுதுன்னு எங்க பாட்டி சொல்லிட்டே இருக்குமாம். அதனால அதுக எந்த சயனமும் சொல்ல வேண்டாமுன்னு கொன்னு கொண்டு போயி ரோட்டுக்குழியில வீசிடுவாரு" என்றாள் ரம்யா.

"இல்ல சாமி! இது வந்து பெரிய மரப்பல்லி. அதும் பொம்பளப் பல்லி. அதான் முட்டீட்டு ஓடிவந்து உக்காந்துட்டாரு உங்கொப்பா"

"ஊசு! சித்த கம்முன்னிரு, டிவி பாக்குறப்ப டிஸ்டர்ப் பண்ணாதே!"

"சேரி சாமி! நான் ஊட்டுக்குப் போறேன். இன்னும் அதே நெனப்பாண்ணா? ஒரு பேச்சு சாப்டுட்டு போன்னு சொல்ல மாட்டியா?" என்று எழுந்தாள் வசந்தி.

"செஞ்சவளுக்கு சாப்பிட தெரியாதா? தனியா வேற சொல்லோணுமா!" என்றான் மணிபாரதி.

"ஊட்டுல ஒரு சட்டி சோறு கெடக்குதுண்ணா. காலி ஆகலின்னா காத்தால கரைச்சு குடிக்கச் சொல்லிடும் எங்கம்மா. சரி நாளைக்கி ஞாயித்துக்கிழமை சீச்சி எடுக்கறீங்களா? சேத்தி எடுங்கண்ணோவ். எங்கூட்டுல போன வாரம் தான் செஞ்சோம். அதனால எங்கம்மா இந்த வாரம் எடுக்காது... நாளைக்கி நானே வந்து மொளகு ஆட்டி வச்சுத் தர்றேன்" என்றவள் இவன் பதிலை எதிர்பாராது கிளம்பிப் போனாள். இவன் சுவற்றில் தொங்கும் கடிகாரத்தைப் பார்த்தான். மணி இரவு ஏழு முப்பதைக் காட்டியது.

"ரம்யா சாப்பிடறியா?" என்றான்.

"டாண்னு எட்டு மணிக்கி சாப்பிடலாம்ப்பா! என்னை எப்போ டியூசனுக்கு சந்திரிகா டீச்சர் கிட்ட அனுப்பப் போறே?" என்று தன் காரியத்தில் குறியாய்க் கேட்டாள்.

“நாளைக்கி காலையில பத்து மணிக்கு உன்னை அந்த டீச்சர் வீட்டுக்கு கூட்டிட்டு போறேன் சரியா?” என்றான். இனி இவனே மறந்து போனாலும் ரம்யா நாளை விடமாட்டாள்.

சாப்பிட்டு முடித்து படுக்கையில் இரவு ஒன்பதை தாண்டி விட்டது. ரம்யா படுத்தவுடன் தூங்குபவள். குழந்தைக்கு கதைகள் சொல்லி தூங்க வைக்க வேண்டிய அம்மா மேலே போய் ஐந்து வருடங்களாகிவிட்டது. இவனுக்கு கதைகள் என்றால் என்னவென்றே தெரியாது. பாப்பா கூட சில சமயம் இவனுக்கு கதை சொல்வாள். அதைக் கேட்டால் இவனுக்குத்தான் தூக்கம் வந்துவிடும். தவிர பாப்பா சொல்கையில் கூடக் கூட இவன் ம்... கொட்ட வேண்டும். அந்த ம்... கொட்டுவது தான் இவன் தூக்கத்திற்கே காரணம்.

“ஒரு காட்டுல ஒரு வேப்பை மரம் இருந்துச்சாம். அதுல கூடு கட்டி ரெண்டு காகம் வாழ்ந்துச்சாம். கொஞ்சம் நாளு போயி அந்த மரத்துல தங்கிக்க ஒரு நாகபாம்பு வந்துச்சாம். அது தெனமும் காக்கா முட்டைய கூட்டுல போயி பொத்துக் குடிச்சுட்டு போயி பொந்துல தங்கிக்கிச்சாம். காகம் பார்த்துட்டு துக்கப்பட்டு போயி நரிகிட்ட விசயத்தை சொல்லுச்சாம். நரி அதை கேட்டுட்டு ஒரு ஐடியா சொல்லுச்சாம். என்னப்பா கேட்டுட்டு இருக்கியா இல்லியா?”

“கேட்டுட்டு தான் இருக்கேன் சாமி சொல்லு”

“அரண்மனை தடாகத்துல அரசியார் தினமும் மதியம் போல நகைகளை எல்லாம் கழட்டி வச்சுட்டு குளிப்பாங்க. அந்த சமயத்துல அரசியாரோட நகையில ஒன்னை தூக்கிட்டு வந்து பாம்போட பொந்துல போட்டுடுன்னு, நரி சொல்லுச்சாம். அதும்படியே காகம் அரசியாரோட நகையை தூக்கிட்டு பறக்கிறப்ப அவுங்க காக்கா தூக்கிட்டு போவுதுன்னு கத்து புடிச்சிருக்காங்க. வீரர்கள் ரெண்டு பேரு காகத்தை பார்த்துட்டே ஓடி வந்திருக்காங்க. அப்ப வேப்பை மர பொந்துல காகம் நகையை போட்டுடுச்சு. வந்தவங்க பொந்துல எட்டிப்பார்த்த போது பாம்பு கோபமா புஸ் புஸ்சுன்னு வெளிய வந்துச்சாம். வீரர் ஒருத்தர் கையிலிருந்த வாளால ஒரே வெட்டு. நாகபாம்பு, செத்துப் போச்சாம். அப்பா தூங்கிட்டியா?” இப்படிதான் அடிக்கடி நடந்துவிடும். ஆனால் டீச்சர் எப்போதாவது கதை சொன்னால் அதை ஞாபகத்தில் வைத்திருந்து அன்றே சொல்லி விடுவாள்.

படுக்கைக்கு அருகில் டேபிள் மீது கிடந்த இவன் அலைபேசி சக்தியை நோக்க சரவண என்று கத்தியது. தினமும் படுக்கப்போகையில்

அலைபேசியை அணைத்து விட்டு போக நினைத்து தினமும் மறந்து விடுவது அவன் பழக்கமாகிவிட்டது. இது கூடப் பரவாயில்லை. தூக்கம் வந்த சமயத்தில் சக்தியை நோக்க கூப்பிடுகையில் யார் என்று பார்க்காமலே அதை அணைத்து விடுவான் மணிபாரதி. இப்போது வந்த அழைப்பு புதிய எண்ணிலிருந்து வந்திருந்தது. யாராயிருக்கும் என்ற கேள்வி யாருக்குமே தொக்கி வந்து விடுகிறது. இவன் ஆயிரத்தெட்டு யோசனைக்கு அது முழு நேரமும் சக்தியை நோக்கச் சொல்லவில்லை. நின்று போனது.

மீண்டும் வருமா என்று காத்துக் கிடந்தான் கையில் வைத்தபடி. ஐந்து நிமிடம் பார்த்து விட்டு டேபிளில் வைக்கப்போன போது மீண்டும் பாடல் துவங்கியது. அதே எண் தான். பச்சை பட்டனை அழுத்தி காதுக்கருகே வைத்துக் கொண்டான். எதிர் முனையிலும் பேசுவார் யாருமில்லையோ என்று அமைதியாகவே இருந்தான் மணிபாரதி. ஹலோ! என்று மெலிதான பெண் குரல் கேட்டது இவனுக்கு. ஹலோ! என்று சப்தமாகவே இவன் கத்தினான்.

“எங் காதே போச்சு! எதுக்கு கத்தறீங்கண்ணா? நானே சந்தேகத்துல உங்க நம்பர் தானான்னு அடிச்சேன்” என்றாள் வசந்தி எதிர் முனையில். இவளுக்கு ஏது செல்போன்? அப்படி புதிதாக வாங்கியிருந்தாள் என்றால் முன்பே கொண்டு வந்து காட்டியிருப்பாளே!

“இன்னாரத்துல எதுக்கு போனு பண்ணினே?”

“ம் சொரக்காயிக்கி ஏன் உப்பு இல்லீன்னு கேக்கறதுக்கு! ஏன் நானெல்லாம் பேசினா பேச மாட்டிங்களோ?”

“லூசு! ஏது உனக்கு போனு?”

“இல்லீன்னு தெரியுமில்ல! நீங்க தான் ஒன்னு வாங்கிட்டு வந்து இந்தாடின்னு குடுக்கறது? ஃபேனு ஓடனா கரண்டுபில்லு எச்சா வந்துடுமுன்னு அழகுக்கு மாட்டி வச்சிருக்குற ஆளுத் தான நீங்க! இது என் தங்கச்சி பிரியா போனு”

“அவ எதொ சம்பாதிச்சு ரீச்சார்ஜ் பண்ணி வச்சிருப்பா அதையும் பேசி தீர்த்துப்போட்டு வீசிடலாமுன்னு நீ தூக்கிட்டியா?”

“அப்பலையாவே குடுடின்னு கேட்டுட்டு இருந்தேன். ரொம்ப பிலுக்கீட்டு இருந்தா. சரி எவ்ளோ காசு வச்சிருக்காள்னு பேலன்ஸ்

பார்த்தேன். ங்கொய்யாலே நூறு ரூவாய்க்கி வச்சிருக்கா! எவன் ரீச்சார்ஜ் பண்ணி உட்டான்னு தெரியலை.''

''இந்த வாயி உனக்கு ஆகாது வசந்தி. சொந்த தங்கச்சிய கூசாம இப்படி சொல்றே?''

''அவ சொந்த அக்கான்னு நெனச்சாத்தான நான் நினைப்பேன். ரோட்டுல போறவ மாதிரி என்னை நடத்தினா அப்படித்தான் பேசுவேன். ஏண்டா செல்போனை குடுக்க மாட்டிங்கறாள்னு பார்த்தா வீடியோவுல டொக்குப்படம் வச்சிருக்கா பத்து இருபது. அதும் எப்படி வச்சிருக்கா தெரியுமாண்ணா, பொம்பளையும் பொம்பளையுமே அம்மணக்கட்டையா படுத்துட்டு கெடக்குறா மாதிரி வச்சிருக்கா! அப்புறம் இவளை என்ன சொல்ல?''

''ஏய் என்னடி பேச்சு பேசிட்டு இருக்கே? அவள் பார்த்தா பார்த்துட்டு போறா! நீ அதை எனக்கு விளக்கி சொல்லிட்டு இருக்கியா சாமத்துல?''

''இல்லீண்ணா ஒன்னும் தெரியாது உங்களுக்கு? வாயில விரலை வச்சா சப்புவீங்க! ஆரு கிட்ட காது குத்துறீங்கண்ணா?''

''இப்ப உனக்கு என்னடி வேணும்?''

''ஐய்யோ! இவ்ளோ வயித்தெறிச்சல்ல எனக்கு ஒன்னுமே வேணாம். ஊருக்குள்ள யாரு யாரு கூட நீங்க போயிருக்கீங்கன்னு சொல்லட்டுமா! சாந்தியக்கா வந்ததீம் என்னமோ இந்தப் பூனையும் பாலு குடிக்குமாங்கற மாதிரி இருந்தீங்க. இப்ப அக்கா போயி மூனு வருசமா நீங்க சும்மா வச்சிட்டு இருக்கீங்களா! நான் நம்ப மாட்டேன். சத்தமில்லாம எங்கியோ வெச்சுக்கறீங்க உங்க காரியத்தை.''

''வசந்தி எதுக்கு வசந்தி இப்ப சாந்தியப் பத்தி பேசுறே? நானே இன்னம் அவளை மறக்க முடியாம கெடக்கேண்டி. அப்படியெல்லாம் நான் எங்கியும் போகலடி. எனக்கு எல்லாமே வெறுத்துப் போச்சுடி'' மணிபாரதியின் குரலில் தெரிந்த சோகத்தை உணர்ந்தவள் எதிர் முனையில் தடுமாறிப்போனாள்.

''என்னை நீ ஒருத்தி தாண்டி இன்னிக்கி கட்டிப்புடிச்சு மூனு வருசங் கழிச்சு தீக்குள்ள தூக்கி வீசிட்டு போற மாதிரி வீசிட்டு போயிருக்கே! போயிட்டு சும்மா இருக்காம போன்ல கூப்பிட்டு

வேற டார்ச்சர் குடுக்குறே! நான் பண்ண பாவங்களால தாண்டி அவ முன்னயே செத்துப் போயிட்டா!"

"அண்ணா ஏன் இப்படி பேசுறீங்க! தெரியாம அக்காவைப்பத்தி பேசிட்டேன் மன்னிச்சுக்கங்க. நீங்க அப்படி என்ன பாவம்ணா பண்ணிட்டீங்க? நீங்க மனசறிஞ்சு சொல்லுங்க பாக்கலாம்! நாலு பேருகிட்ட போயிட்டு வந்துட்டா எது நடந்தாலும் அதுக்கு காரணம் அந்த நாலு பேரு கிட்ட போனது தானா? நீங்களா ஏன் அப்படி நெனச்சிட்டு இப்படி சாமியாரு மாதிரி இருக்கீங்க? இப்படி இருந்துட்டா மணியண்ணன் நல்ல அண்ணன்னு சொல்லிடுவாங்களா? முந்தா நேத்துக் கூட பைப்படியில முத்தாயா நீங்க ஒரு கொடம் தண்ணி புடிச்சுட்டு போனதீம் சொல்லுது, போறான் பாரு ஒட்டுப்பொறுக்கீன்னு! எனக்கே சங்கடமாப் போச்சுண்ணா! காதோட ஒரு அப்பு அவளுக்கு போடலாமான்னு இருந்துச்சு.

அப்ப நீங்க முன்ன யாருகிட்டவும் சந்தோசமா போய் வரலீன்னு சொல்லுங்க பார்க்கலாம். சந்தோசமாத்தான போனீங்க. அப்புறம் எதுக்கு இப்படி எல்லாத்தையும் இழந்துட்ட மாதிரி வேசம் உங்களுக்கு? ஒருக்காத்தான் வாழ்க்கை நமக்கு அண்ணா! வந்ததுக்கு சந்தோசமா இருந்துட்டு போங்க! என் தங்கச்சி போனுல டொக்கு படம் பாக்குறாள்னா நான் ஏண்டி இப்படி கெட்டுப்போறேன்னு திட்ட மாட்டேன். பார்க்க வசதி இருக்குறதால அவ பாக்குறா! தப்புன்னு நான் சொல்லிட்டா விட்டுருவாளா? மயிருன்னாக்கூட விடமாட்டா!"

"உன்னை பேக்குன்னு நெனச்சிருந்தண்டி, என்ன இத்தனை பேசுறே? எங்க போயி நீங்க இதையெல்லாம் கத்துக்கறீங்க?"

"ம்..., பெருந்துறயில ஸ்கூல் வச்சு கத்துக் குடுக்கறாங்க."

"ஆமா நீ ஏன் புருசனை உட்டுட்டு இங்க வந்து உக்கோந்துட்டு இத்தனை நாயம் பேசுறே?"

"சிலபேரு புருசன் குடிகாரன், குடிச்சுட்டு வந்து அடிக்கிறான்னு பொறந்த ஊடு வந்துருவாங்க. சில பேரு புருசன் கிறுக்கு இல்லீன்னா நகை கேக்கறான் பணம் கேக்கறான்னு வருவாங்க. இன்னும் சிலபேரு புருசங்கிட்ட சொல்லிட்டே பணத்தோட வர்றேன்னுட்டு வந்து வீட்டுல உக்காந்துக்குவாங்க."

“அவங்களை எல்லாம் நான் கேக்கலை வசந்தி, நீ ஏன் வந்தே?”

“நானு புருசன் கிட்ட சுகம் கெடைக்காம வந்துட்டேன். அது அந்தாளுக்கும் தெரியும். அந்தாளோட தம்பி கிட்ட போகச் சொல்றான். அவன் சுகம் குடுப்பானாம். என்னண்ணா பொழப்பு இது? ஊருக்குள்ள அத்தனை பேரும் கெட்டவங்களாம். இவிங்க அண்ணனும் தம்பியும் மட்டும் ரொம்ப நல்லவீங்களாம். எங்க சொந்தத்துல சாவு உழுகும் அவங்க செத்ததால எவ்ளோ சொத்து கிடைக்கும்னே கணக்கு போட்டுட்டு உட்கார்ந்துட்டு இருக்காங்க. எந்த நேரமும் காசு பணத்தை பத்தியே பேசுறாங்க”

“அதனால சண்டை போட்டுட்டு வந்துட்டியா?”

“சண்டையெல்லாம் போட்டுட்டு வரலைண்ணா. கொஞ்ச நாள் இருந்துட்டு வர்றேன்னுட்டு வந்துட்டேன். ஊருக்குள்ள யாரையாச்சிம் உங்கூர்ல வச்சிருக்கியான்னு கேட்டான். காது மேல ஒன்னு ரைய்யின்னு உட்டுட்டு வந்துட்டேன். பாருண்ணா நான் கல்யாணம் பண்டியும் சாமத்துல தூங்காமக் கிடக்கேன். அவிங்க ஊர்லயே இருந்து ஆள் புடிச்சுக்குவேன் நானு. அது அந்த குடும்பத்துக்கும் கேவலம். அப்புறம் எனக்கு அப்படின்னா என்னன்னே அனுபவமே இல்ல! காலம் பூராவும் நான் இப்படியே இருந்துக்க முடியுமாண்ணா? நான் யாராச்சிம் கிட்ட இந்த ஊருக்குள்ள நின்னு பேசியிருக்கிறதை நீங்க பாத்திருக்கீங்களாண்ணா?

சாயந்திரமா நீங்க பக்கத்துல நிக்கிறப்ப எனக்கு எப்படி இருந்துச்சு தெரியுமா! எனக்கு தெரிஞ்சு உங்க கிட்டத்தான் சின்ன வயசுல இருந்து நல்லா பேசி பழகிட்டு இருக்கேன். இவளாட்டம் வேலைக்கி வெளிய நான் போயிருந்தாக் கூட நாலு பேருகிட்ட பேசி பழகியிருப்பேன். அதும் இல்ல. உங்களை சின்ன வயசுல இருந்தே நான் ரொம்ப விரும்புனேன்ணா! எனக்கு உங்களை அவ்ளோ புடிக்கும். எங்கம்மா கிட்டக்கூட நான் அப்ப கேட்டிருக்கேன். ஏம்மா மணிபாரதி எனக்கு என்ன ஆகோணுமுன்னு? அம்மா தான் அண்ணன் ஆகோணுமுன்னு சொன்னங்காட்டி நெனப்பை மாத்திக்கிட்டேன்.”

“ஐயோ என்னடி என்னென்னமோ சொல்றே?”

“ஆமாண்ணா! இத்தனையும் இன்னிக்கித்தான் உங்ககிட்ட சொல்றேன். பேசாம செத்துட்டா ஒன்னும் கவலையே இருக்காதில்லன்னு அடிக்கடி தோணும்ண்ணா எனக்கு. ஆனா

இதுக்காவ எல்லாம் செத்தா நல்லாவா இருக்கும்? போ கெடந்து சாட்டாதுன்னு நெனச்சுக்குவேன். என்னை விட பாவம்ணா நீங்க. நீங்க ஒரு கஷ்டத்துல இருக்கப் போக நானு பேக்கு மாதிரி உங்ககிட்ட நடந்துட்டேன். நீங்க முன்ன மாதிரியே இருப்பீங்கன்னு நெனச்சிட்டேன்ணா! நானு என்னதான் பண்ண? ஆன இப்படியே பல்லைக் கடிச்சுட்டு வெகு நாளு எல்லாம் நான் இருக்க மாட்டேன்.

அது எனக்கு நல்லா தெரியுதுண்ணா! ஆனா எல்லாரும் சொன்னது வேற நான் சொல்றது வேறண்ணா. நீங்க பாப்பாவுக்காச்சும் ஒரு கல்யாணம் பண்ணிக்குங்கண்ணா. அவ இன்னம் பெருசாகுறப்ப உங்களால ஜமாளிக்க முடியும்னு எனக்கு தோணலை. நீங்க எதோ வாழ்க்கைய பாப்பாவுக்காக தியாகம் பண்ற மாதிரி நெனப்போட இருந்தா அது தப்புண்ணா. அட ஒரு சின்ன பிள்ளைய கட்டிக்காட்டி போச்சாது. எத்தனை பேரு பாவம் கட்டிக்குடுக்க முடியாம வீட்டுல இருவத்தி அஞ்சு வருசமான பொண்ணை ஜாதக கோளாறுன்னு வச்சுக்கிட்டு வாசலையே பார்த்துட்டு இருக்காங்க. அங்க போய் கட்டுங்க. இல்ல தாலி இழந்த பொண்ணுக்கு தாலி கட்டுங்க. யாரும் தப்பு சொல்லப் போறதே இல்லண்ணா.

அம்மா இருந்திருந்தா இப்ப நீங்க இருக்கிறது சரி. அதும் இல்லியே. நான் உங்களை விட சின்னவ. யோசனை பண்ணிச் செய்யுங்கண்ணா! நானு ஜாலியா பேசலாமுன்னு தான் போனு பண்ணினேன்ண்ணா. இப்ப என்னடான்னா எம்பிரச்சினையே தலைக்கு மேல கிடக்க உங்களுக்கு நாயம் சொல்ல ஆரம்பிச்சுட்டேன். தப்பா பேசி இருந்தா மன்னிச்சுக்கங்க. வச்சிடறேன்ணா!" வசந்தி கட் செய்துவிட்ட பிறகும் இவன் போனை காதிலேயே வைத்தபடி இருந்தான்.

சிரித்தபடி வந்து போகும் வசந்திக்குள் இத்தனை பிரச்சினைகளா? முத்தாயா எதற்கு என்னை ஒட்டுப் பொறுக்கின்னு சொல்லணும்? அந்த ஆயாள் கிட்ட நின்று அதிகம் பேசியதுகூட இல்லையே! அதற்கெல்லாம் என் மீது என்ன கடுப்பு? பேசாமல் ஒரு கல்யாணத்தை பண்ணிக் கொள்ளலாம் என்றால் பெரிய பாவத்தை இன்னொரு முறை செய்வது போல அல்லவா மனது தடுமாறுகிறது! இப்படி பல விதங்களில் யோசிக்க வைத்து விட்டவள் வசந்தி என்கிறபோது அவள் பிரச்சினையும் நுழைந்து இவனை இரவு ஒருமணி வரை தூங்கவே விடவில்லை. அதற்கும் மேல் தான் அவனையறியாமலே உறங்கிப் போனான்.

உ. மரப்பல்லி

சந்திரிகா டீச்சரைப் பார்க்க மணிபாரதியும் ரம்யாவும் கிளம்புகையில் மணி பத்தரை பக்கம் ஆகிவிட்டது. இரவு சரியான தூக்கம் இல்லாததால் மணிபாரதிக்கு லேசாய் தலை வலிப்பது போலிருந்தது. துணிமணிகளை தேய்த்துப் போடும் பழக்கத்தை விட்டொழித்திருந்தவன் இன்று ஏனோ ரம்யாவுக்காக டீச்சரை பார்க்கச் செல்வதால் தன் துணிமணியை அயர்ன் செய்து மாட்டிக் கொண்டான். பாப்பா யார் என்ன சொன்னாலும் ஞாயிற்றுக்கிழமை குளிக்க மாட்டாள். டீச்சரை பார்க்க போகையிலுமா? என்று இவன் கேட்டான். அதெல்லாம் கை, கால், மூஞ்சி கழுவிட்டு போனால் போதும், என்றவள் அதையே செய்து துணிமட்டும் மாற்றிக் கொண்டாள்.

"இவத்திக்கி இருக்கிற சரளைக்கி போயிட்டு வர்றதுக்கு எதுக்குப்பா இத்தனை சோக்கு பண்ணிட்டு கிளம்புறே?" வெளியில் வந்து சாலைக்குள் நின்றிருந்த பைக்கை வெளியில் எடுக்கையில் ரம்யா வீட்டின் முகப்பு கேட்டுக்கு போகையில் கேட்டபடி சென்றாள்.

"சாமி அப்பனும் புள்ளையும் எங்க பொண்ணு பாக்கவா கெளம்பிட்டீங்க?" என்று வசந்தி அவள் வீட்டு வாசலில் இருந்து குரல் கொடுத்தாள்.

"ஆமா எங்க டீச்சரை கட்டீட்டு வர ரெண்டு பேரும் போறோம் வசந்தி" என்று ரம்யா சொன்னபோது மணிபாரதி தன் பைக்கை கேட்டுக்கு வெளியே கொண்டு வந்து நிறுத்தினான். பாப்பா கேட்டை சாத்திவிட்டு வந்து பின்னால் தாண்டுக்கால் போட்டு உட்கார்ந்து கொண்டது. வடக்கு நோக்கி கிளப்பினான் மணிபாரதி.

சரளையில் சந்திரிகா டீச்சர் வீட்டை கண்டு பிடிப்பதற்கு இவர்களுக்கு சிரமம் ஒன்றும் இருக்கவில்லை. முருகேசன் தோட்டத்தில் அவன் வீட்டை ஒட்டி அவனே வாடகைக்கு விட கட்டி வைத்திருந்த ஐந்து வீடுகளில் ஒன்றில் தான் இருப்பதாக சொன்னார்கள். முருகேசன் தோட்டத்திற்கு என்றால் சரளையே வந்திருக்க வேண்டியதில்லை. வண்டியை திருப்பிக் கொண்டு வந்த பாதையிலேயே சென்றான். அந்த வீடுகளுக்கு இவன் தான் பூச்சு வேலை செய்தான் ஒரு வருடம் முன்பு. வீடுகளை எந்த இடத்தில் கட்டினாலும் தங்கிக்கொள்ள ஜனம் எங்கிருந்தும் கூட வந்து விடுகிறது என்று நினைத்தான்.

கம்புளியம்பட்டியில் இவனுக்கு இருக்கும் காலி இடத்தில் பத்துக்கு பனிரெண்டு அளவில் ஒரு ஐந்து வீடு கட்டி வைத்தால் போதும். வாடகைக்கு கேட்டு சனம் வந்துவிடும் என்று கணக்கு போட்டபடி முருகேசன் தோட்டத்திற்குள் வண்டியை விட்டான். புதிய வண்டியின் சத்தம் கேட்டு கிணற்று மேட்டில் கட்டியிருந்த நாய் ஒன்று திடீரென எழுந்து, சுருட்டீட்டு போக திருடன் வர்றான் திருடன் வர்றான் என்று கத்து பிடித்தது. வண்டியைக் கொண்டு போய் முருகேசன் வீட்டு வாசல் பந்தலுக்கு அடியில் நிப்பாட்டினான் மணிபாரதி.

கிணற்று மேட்டில் கட்டப்பட்டிருந்த நாய் தன் எஜமான் வீட்டிலிருந்து யாரேனும் வெளி வந்து நட்புரவுடன் இவர்களிடம் பேசும் வரை குரைப்பதை நிறுத்தாது போலிருந்தது. முருகேசன் தான் வெளிவாசலுக்கு வீட்டினுள்ளிருந்து வந்தான். அவன் ஒரு முன்னூறு ரூபாய் இவனுக்குத் தராமல் பாக்கி விட்டிருந்தான் ஒரு வருடமாக. அதற்குத்தான் மணிபாரதி வந்து விட்டானோ என்று தயக்கமாய் இவனை, வா மணிபாரதி! என்றான். பாப்பா இறங்கிக் கொண்டு நாயையே பயத்துடன் பார்த்தாள். எங்கே அது தாவி வந்து தன்மீது பாய்ந்துவிடுமோ என்று. அவள் பார்க்கும் கார்ட்டூன் சேனலில் வரும் நாய்கள் எல்லாம் இவ்வளவு கடூரமாக குரைப்பது இல்லை.

முன்னூறு ரூபாய்க்கு வேட்டு வந்தது என்று நினைத்த முருகேசன் இவன் டீச்சர் வீடு எது? என்று கேட்கவும், இதென்ன மூனாவது வீடு வா மணி! என்று கூட்டிக்கொண்டு முன்னால் நடந்தான். டைகர் கம்முன்னு இரு! என்று குரைக்கும் நாயைப் பார்த்து குரல் எழுப்பினான். நாய் தன் எஜமானனின் குரல் காதில் நுழைந்ததும் அமைதியாகி வாலை ஆட்டியது.

“ஏனுங் டீச்சரே! ஏனுங் டீச்சரே!” என்று குரல் கொடுத்துக் கொண்டே முருகேசன் ஒந்திரித்து சாத்தியிருந்த வீட்டுக் கதவை திறந்து கொண்டு உள்ளே நுழைந்தான். இது இவனுக்கே கொஞ்சம் ஓவராய்த்தான் இருந்தது. என்னதான் தன் தோட்டத்தில் வாடகைக்கு தங்கி இருப்பவர்கள் என்றாலும் அவர்கள் வீட்டினுள் இப்படியா திறந்த வீட்டில் டைகர் நுழைவது மாதிரி நுழைவது? இவனும் பாப்பாவும் வெளியே நின்று கொண்டார்கள். பக்கத்து வீடுகளில் இருந்து சில தலைகள் எட்டிப்பார்த்து விட்டு மறைந்து கொண்டன.

மாத வாடகை என்று ஒரு வீட்டுக்கு எப்படியும் ஒரு ஏழுநூற்றி ஐம்பது ரூபாய் வசூலித்து விடுவான் என்று மணிபாரதி கணக்கிட்டான். முருகேசனுக்கு இருக்கும் வசதிக்கு இன்னும் பத்து வீடுகள் நெடுக கட்டி வாடகைக்கு விடலாம். தோட்டத்தில் நின்றிருந்த தென்னை மரங்களில் ஒன்றிலிருந்து ஒரு பழுத்த ஓலை மட்டை ஒன்று பொத்தென விழுந்தது. பாப்பா ஏனோ மிரட்சியுடன் நிற்பது மாதிரி மணிபாரதிக்கு தெரிந்தது. குழந்தைகள் பயப்படும் ஒரே விசயம் இந்த டீச்சர் என்ற வார்த்தையாகத்தான் இருக்க வேண்டுமென நினைத்தான்.

பல்லாங்குழி பாதை புரியல உன்னெ நம்பி வாறேனே... இந்தக் காட்டுப்பய ஒரு ஆட்டுக்குட்டி போல உம்பின்ன சுத்துறேனே! டீச்சர் வீட்டினுள்ளிருந்து பாட்டுச் சப்தம் வந்து கொண்டிருண்டிருந்தது. இந்தப்பாட்டை பேசாமல் பதிவு செய்து செல்போனில் வைத்துக் கொண்டு பத்து முறை தொடர்ந்து கேட்டுவிட்டு டெலிட் செய்து விடலாம் என்று இவனுக்கு தோன்றியது. போகிற பக்கமெல்லாம் துளி துளி கேட்கையில் பயங்கரம் என்றே தோன்றியது மணிபாரதிக்கு.

முருகேசன் டீச்சரின் வீட்டினுள்ளிருந்து முகம்மாறி வந்தான். நான் பார்த்துட்டேன்! என்றான்.

“என்ன பார்த்தே முருகேசா? டீச்சர் ஊட்டுல இருக்காங்களா இல்லியா?”

“டீச்சர் பாத்ரூம்ல தண்ணிவாத்துட்டு இருந்தாங்க! நான் போயி பார்த்துட்டேன். யப்பா செக்கச் செவேல்னு, கணுக்கணுன்னு, என்னத்தை சொல்ல மணி” என்று திருகிக் கொண்டு போனான்.

“ரம்யா நீ உள்ள போயி ஸ்கூட்டர் இருக்கானான்னு பார்த்துட்டு வர்றியா?” என்றான்.

“ஐய்யோ நான் மாட்டேன்” என்றாள் ரம்யா. அந்த சமயத்தில் பக்கத்து வீட்டின் கதவு நீக்கி தாவணி அணிந்த பெண் வெளிவந்ததும் இவனைப்பார்த்து, யாரை பார்க்கணும் நீங்க? என்றாள். இவன் விசயத்தை சொன்னதும், “அக்கா! சந்திரிகா யாக்கோவ்! உங்களை பாக்க ஒறம்பரை வந்திருக்கு” என்று குரல் கொடுத்தபடி டீச்சர் வீட்டினுள் நுழைந்தாள். இவனும் பாப்பாவும் கொடுமையே என்று வெய்யிலில் நின்றிருந்தார்கள். கிழக்கத்து வெய்யில் இப்போது தான் சுட்டெறிக்க ஆரம்பித்திருந்தது.

பாப்பா டாக்டரிடம் காய்ச்சல் என்று போனால் விழிபிதுங்கி முழிப்பது போல முழித்தாள். இவன் தன் முன்புறமாய் இழுத்து தன் நிழலில் நிற்க வைத்துக் கொண்டான். டோக்கன் நெம்பர் எத்தனைப்பா? என்பாள். பதினெட்டு என்றால் இப்பத்தான பத்து உள்ள டாக்டரை பார்க்க போகுது என்று சாதாரணமாய் இருப்பாள். பதினேழு வந்ததுமே எனக்கு காய்ச்சல் போயிடுச்சு ஊட்டுக்கு போலாம்ப்பா! என்று மெதுவாய் ஆரம்பிப்பாள். பதினெட்டு அழைக்கப்பட்டதும் இவன் தூக்கிக் கொண்டு தான் உள்ளே போக வேண்டி வரும். உள்ளே போனதும் “மேடம் எனக்கு ஊசி வேண்டாம் மாத்திரை மட்டும் குடுங்க!” என்பாள்.

ஆனால் அந்த லேடி டாக்டர் என்றுமே இவள் பேச்சை கேட்டதே இல்லை. அதா அந்த போட்டோவுல செடியெல்லாம் பச்சையா இருக்குது பாருங்க ரம்யா! பச்சையே பார்த்துட்டு இருந்த்ீங்கன்னா ஊசி போடறது தெரியாம இருக்கும் வலிக்காது! என்று பாப்பாவின் புட்டத்தில் ஊசியை ஏற்றி அனுப்பி விடுவார். அழும் குழந்தைகளுக்கு அந்த டாக்டர் எப்போதும் ஃபைவ்ஸ்டார் மிட்டாய் வைத்திருப்பார்.

“நீங்க எனக்கு சொந்தமா? வாங்க அம்மா இப்பத்தான் குளிச்சுட்டு ட்ரஸ் சேஞ்ச் பண்ணிட்டு இருக்காங்க. வாங்க வந்து வீட்டுல உட்காருங்க!” என்று டீச்சரின் பையன் வெளியில் வந்து கும்பிடு போட்டு அழைத்தான் இவனை. அவன் கையில் டிவி ரிமோட் இருந்தது. யூனிபார்மில் ரம்யா இல்லாததால் அவனுக்கு ரம்யாவை அடையாளம் தெரியவில்லையோ என்று வீட்டினுள் நுழைந்தான் மணிபாரதி.

தாவணிப்பெண் இரண்டு சேர்களை உள் ரூமிலிருந்து கொண்டுவந்து ஆசாரத்தில் போட்டது. உக்காருங்க இப்ப வந்துடுவாங்க! என்று சொல்லி விட்டு அது வெளியே போய் விட்டது.

இவன் போய் சேரில் அமர்ந்து கொண்டு பாப்பாவை மடியில் அமர்த்திக் கொண்டான். டிவியில் சன் மியூசிக் ஓடிக்கொண்டிருந்தது. சுவற்றில் கர்த்தர் இவனை ஆசீர்வதிப்பது போல கையை வைத்தபடி புகைப்படத்தில் இருந்தார். நல்லாயிரு சாமி, என்று முனகிக் கொண்டான் கர்த்தரைப் பார்த்து.

"என்னப்பா முனகுறே?" என்றாள் ரம்யா. அந்த சமயம் சந்திரிகா டீச்சர் உள் அறையிலிருந்து வெளிவந்தாள் இவர்களை கேள்விக்குறியோடு பார்த்தபடி. மணிபாரதி எழுந்து வணக்கம் ஒன்று வைத்தான். பாப்பா குட்மார்னிங் மேடம்! என்றாள் இவனுக்கு முன்பே எழுந்து நின்று! டீச்சர் தயக்கமாய் இவனுக்கு வணக்கம் வைத்தாள்.

ஏண்டா முருகேசன் பித்துப்பிடித்தது மாதிரி போனான் என்று மணிபாரதிக்கு இப்போது தான் தெரிந்தது. சந்திரிகா டீச்சர் அப்படியான உடல்வாகுடன் இருந்தாள். சிவந்த நிறம் வேறு. வெள்ளை நிற சேலையில் அங்கங்கே சிவப்பு பூக்கள் உள்ள சேலை அணிந்திருந்தாள். அது பயங்கர எடுப்பாய் இருந்தது.

டிவியின் மீதிருந்த புகைப்படத்தில் டீச்சர் அவள் கணவனோடு சிரித்தபடி இருக்கையில் உடம்பு இப்படி பூசினது மாதிரி தெரியவில்லை இவனுக்கு. அந்தப் புகைப்படத்தில் டீச்சர் ஒல்லிப்பிச்சானாக இருந்தாள். அவள் கணவன் கோட்சூட், டை என்று அமர்க்களப்படுத்தி இருந்தான். அவன் சிரிப்பில் தெரிந்த பற்கள் மட்டுமே அவனிடம் வெள்ளை நிறத்தில் இருந்தது. மத்தபடி ஆள் நனைந்த பனைமரம் மாதிரி இருந்தான் கனமாய். ஏணி வச்சால் கூட எட்டாது என்பது மாதிரி டீச்சருக்கும் அவனுக்கும் எந்தப் பொருத்தமும் இல்லை.

"நீங்க ரம்யாவுக்கு என்ன ஆகணும் சார்?" என்றாள் சந்திரிகா டீச்சர். இவன் உடையைப் பார்த்து ஏமார்ந்தவர்கள் வரிசையில் டீச்சரும் சேர்ந்து கொண்டாள். மேடம் இவர்தான் என் டாடி! என்று சொன்ன ரம்யாவை டீச்சர் ஒரு அதட்டல் போட்டு நிறுத்தினார். நாங்க பேசிட்டு இருக்கப்ப நீ பேசக்கூடாது புரிஞ்சுதா? என்றார்.

"நான் சாதாரண பெயிண்டருங்க டீச்சர். நீங்க உட்கார்ந்து பேசுங்க. நான் வந்த விசயத்தை சொல்லிடறேன்" என்றான் மணிபாரதி.

“நீங்க எதுவரை படிச்சிருக்கீங்க? வீட்டுல உங்க மனைவி எவ்ளோ படிச்சிருக்காங்க?” என்று கேட்டபடி இன்னொரு சேரை இழுத்து தள்ளிப் போட்டுக்கொண்டு அமர்ந்தார் டீச்சர்.

“நான் பத்தாவது வரைதான் விஜயமங்கலம் ஸ்கூல்ல படிச்சது மேடம். வீட்டுல டீச்சராத் தான் பெருந்துறை கவர்ன்மெண்ட் ஸ்கூல் போயிட்டு வந்துட்டு இருந்தாங்க! அவங்க இறந்து இப்போ மூனு வருசம் ஆயிடுச்சுங்க” மணிபாரதி இப்படியெல்லாம் அடுத்தவரிடம் தன் விசயங்களை சொல்லி பழக்கமே இல்லைதான். இருந்தும் இப்போது சொல்வதற்கு அவனுள் ஏதோ தடுமாற்றம் இருந்தது. இருந்தும் ரம்யாவுக்காக அவன் தன் கைகளைக்கூட டீச்சர் முன் கட்டிக்கொண்டான். பீட்டர் வீட்டின் பின்பக்கமிருந்து வந்தவன் டிவியை கையில் வைத்திருந்த ரிமோட்டால் அணைத்து விட்டு டீச்சரிடம் போய் ஒட்டி உரசி நின்று கொண்டான்.

“ஓ! ரொம்ப சங்கடம் தான். என்னைத்தேடி எதுக்காக வந்திருக்கீங்க?”

“கம்புளியம்பட்டி தான் என் ஊருங்க மேடம். இங்கிருந்து என்ன நாலு கிலோ மீட்டர் வரும். ரம்யா நேத்து தான் கணக்குப்பாடம் புரியறதில்லைன்னு என்கிட்ட சொன்னாள். எனக்கும் சொல்லிக் கொடுக்க நேரமும் இல்லைங்க மேடம். போக இப்ப சுத்தமாவே எனக்கு கணக்கு தெரியலைங்க! சரி டியூசன் வச்சிக்கலாம்னு சொன்னேன். நீங்க சரளையில தான் இருக்கிறத சொன்னதால உங்களை பார்த்துட்டு போலாம்னு வந்தேன்”

“டியூசனா? நான் யாருக்கும் டியூசன் எடுக்கறது இல்லீங்களே! பக்கத்து வீட்டுல கூட அவங்க கொழந்தைகளுக்கு சொல்லிக் கொடுக்க சொன்னாங்க. நான் விருப்பமில்லாம விட்டுட்டேன்”

“என்னங்க மேடம் இப்படி சொல்லிட்டீங்க? நாங்கெல்லாம் அரைவெத்துகளா போயிட்டோம். சரி பிள்ளைங்களாச்சிம் நல்லா படிக்கட்டும்னு ஆசைப்படுறோம். வாத்தியார் பிள்ளை மக்குன்னு சொல்றாப்படி என் அம்மாவும் டீச்சர் தானுங்க மேடம். ஆனா நான் மக்காப் போயிட்டேன். அதனால பிரஸ் புடிச்சுட்டு சுத்துறேன். எல்லாம் இப்போ தெரியுதுங்க மேடம். படிச்சிருந்தா நானும் போட்டோவுல உங்க வீட்டுக்காரரு இருக்காரு பாருங்க கோட் சூட் போட்டுட்டு ஜம்ம்முன்னு, அப்படி இருந்திருக்கலாம். இப்ப அம்மாவும் இல்ல. நானும் ரம்யாவும் மட்டும் தான் மேடம். ஏதோ இவளாவது நல்லா படிச்சு இவ அம்மா மாதிரி டீச்சரா

வரட்டும்னு ஒரு நெனப்பு உள்ளுக்குள்ள ஓடுதுங்க! இப்படி டகார்னு சொல்லிட்டா என்னங்க பண்றது நாங்க?"

"எனக்கும் சில பிரச்சினைகள் எல்லாம் இருக்குங்க சார்"

"சார் எல்லாம் சொல்லாதீங்க மேடம். எனக்கு கூச்சமா இருக்குது. என்ன பிரச்சினை உங்களுக்கு இருக்குது. சாப்பாடு செய்யணும், துணிமணி துவைக்கணும் இப்படித்தானே! ஒரு ஒருமணி நேரம் கொழந்தைகளுக்கு சொல்லிக் கொடுங்க மேடம். ஆசிரியப் பணிங்கறது எப்படியாப்பட்ட பணின்னு உங்களுக்கே தெரியும். இப்ப ரம்யாவுக்கு ஸ்கூல்லயே கணக்கு புரிஞ்சிடுச்சுன்னா அவளும் என்கிட்ட சொல்லப்போறதே இல்லைங்க மேடம்."

"நீங்க சொல்றது புரியுதுங்க. ஆனா எனக்குத்தான் வீடு வந்தும் அதே பாடமான்னு இருக்கு"

"அப்ப நீங்க கடமைக்காகவும் சம்பளத்துக்காகவும் தான் ஸ்கூலுக்கு போறீங்களா மேடம்? என்னடா இப்படி கேக்கறானேன்னு பார்க்காதீங்க. எதையும் மனசுல வச்சுக்காம பேசீடுவனுங்க மேடம். உடனே நாளையில இருந்து டியூசன் எடுங்கன்னு சொல்லலைங்க நானு. யோசனை பண்ணிச் சொல்லுங்க. போக ரம்யா க்ளாஸ் டீச்சர் நீங்க."

"கண்டிப்பா யோசனை பண்றேங்க"

"பண்ணுங்க மேடம். உங்களுக்கு போன் நெம்பர் இருக்குங்ளா? இருந்தால் எனக்கு குடுங்க மேடம். இல்லன்னா என் போன் நெம்பரை வாங்கிக்குங்க. முடிவு பண்ணீட்டு எனக்கு தகவல் சொல்லுங்க. எப்படியும் சம்மதிச்சுடுவீங்கன்னு உங்களை பார்த்தாலே தெரியுதுங்க மேடம். ஒரு உதவி. பக்கத்து வீட்டு குழந்தைகளுக்கும் சேர்த்து சொல்லிக் குடுங்க. அவிங்களும் உங்க தயவால டீச்சர்களா ஆகட்டும்" என்றதும் சந்திரிகா புன்னகைத்தாள். அந்தப் புன்னகை இவன் எப்போதுமே பார்த்திராத ஒரு சினிமா நடிகையின் சாயலில் இருந்தது. சந்திரிகா எப்போது தனக்கு போன் நெம்பர் தருவாள் என காத்திருந்தவன் அது அப்படியொன்றும் உறுதியாகப் படாததால் எழுந்தான்.

"ஞாயித்துக்கிழமை நாளு வேற சாப்பிட்டிருப்பீங்களோ என்னமோ மேடம் நாங்க வந்து உங்க நேரத்தை கெடுத்துட்டோம். ரம்யா நீ டீச்சர்கிட்ட சொல்லிட்டு கிளம்பு போலாம்" என்றான்.

அவளும் டீச்சரிடம் சொல்லிக்கொண்டு வெளிவருகையில் ரம்யாவை மட்டும் உள்ளே டீச்சர் அழைத்தார். யெஸ் மேம்! என்று வீட்டினுள் போனவள் சற்று நிமிடத்தில் வந்தாள். அவள் கையில் துண்டு பேப்பரில் டீச்சரின் போன் நெம்பர் இருந்தது. வாங்கி தன் மேல் பாக்கெட்டில் போட்டுக் கொண்டு வண்டியை கிளப்பினான். பாப்பா பின்னால் அமர்ந்து கொண்டதும் தோட்டத்துப் பாதையில் முறுக்கினான்.

"பின்னால திரும்பிப்பாரு பாப்பா, டீச்சர் பார்த்துட்டு இருக்காங்களான்னு" என்றான்.

"ஆமாம்பா! ஸ்கூட்டரும் டீச்சரோட அவங்க வீட்டு கதவு கிட்ட நிக்கிறான் நம்மளை பார்த்துட்டு" என்றாள். வண்டி தார் சாலையைத் தொட்டதும் கம்புளியம்பட்டி நோக்கி வேகமெடுத்தான்.

3. மரப்பல்லி

ப்ரியாவுக்கு கம்பெனியில் ஆண்கள் தொந்தரவு எப்போதும் இருந்ததில்லை. அதுவும் ஜெனி கம்பெனிக்குள் வந்ததிலிருந்து. முன்பு காதல் என்று இவளிடம் பினாத்திக் கொண்டிருந்த ரெட்டிய பாளையம் முருகேசன் இப்போது இவள் பக்கமே திரும்புவதில்லை. இதற்கெல்லாம் காரணம் ஜெனி தான். அன்று அப்படித்தான் நடந்தது.

அன்று கம்பெனியில் வேலை குறைவுதான். மாலையில் ஐந்து மணிக்கே வேலையாட்கள் கிளம்பிய வண்ணமிருந்தார்கள். வேலை அதிகமென்றிருந்தால் இரவு எட்டு முப்பது வரை வேலையாட்கள் இருப்பர். கம்பெனியின் முதலாளி திருப்பூரிலிருந்து இரவு எட்டுமணியைப் போலத்தான் வருவார். அவருக்கு திருப்பூரில் இரண்டு கம்பெனிகள் இருந்தன. பின்னர் ஊத்துக்குளியிலேயே அவர் வீடென்பதால் பத்துமணியைப் போலத்தான் கம்பெனியை விட்டு கிளம்புவார்.

ப்ரியா கிளம்பும் தருணத்தை முருகேசன் எதிர்பார்த்தபடி நின்றிருந்தான். தன் காதலை பலமுறை அவன் அவளிடம் சொல்லியாகி விட்டது. அவள் ஏற்றுக் கொண்டபாடில்லை. இன்று திட்டத்தில் புதிய மாறுதலை வைத்திருந்தான். இவன் ப்ரியாவை காதலிக்கும் விசயத்தை கம்பெனி முழுக்க பரப்பி வைத்திருந்தான். சூரியனைப்பார்த்து நாய் குரைத்தால் நாயிக்கித்தான் வாயி வலிக்குமாம். அப்படித்தான் இருந்தது அந்த விசயம்.

கம்பெனியில் ஆண்களும் பெண்களும் தங்கள் டேபிள்களை ஒழுங்கு படுத்திவிட்டு நழுவிக் கொண்டிருந்தார்கள். முருகேசன் வாகான இடத்தில் கம்பெனியினுள் சுவர் ஓரமாக நின்று கொண்டான். ப்ரியா தன் தோள்பையை எடுத்துக் கொண்டதும் கைப்பேசியில் சும்மா எதிர் பார்ட்டியிடம் பேசிக்கொண்டு இருப்பவன் போல

நடித்துக் கொண்டிருந்தவன் "போனை வெய்யடா!" என்று கத்திவிட்டு அதை மேல் பாக்கெட்டில் போட்டுக்கொண்ட போது ப்ரியா அவனை நெருங்கிக் கொண்டிருந்தாள்.

அருகில் வந்த ப்ரியாவை லபக்கென வாறி இழுத்து அணைத்துக் கொண்டவன் பச்சு பச்சென அவள் எதிர்பாராவண்ணம் கன்னத்தில் முத்தமிட்டான். உடும்புப்பிடியாய் இறுக்கியவன் திருப்பி அவளை சுவரோடு சாய்த்து தன் வலது கையை அவள் மார்பில் நாம்பிப்பிடித்து வெறி கொண்டவன் போல கசக்கினான். ப்ரியா அவனை நெம்பித்தள்ள முயற்சித்து தோற்றுப்போய் கோழிக்குஞ்சு போல சிக்கிக் கொண்டாள். அவள் கழுத்தை தன் நீண்ட நாவால் நக்கியவன் திடீரென இன்னொரு மார்பகத்தை நறுக்கென் துணியோடு சேர்த்து கடித்தான். "உட்றா தாயலி வலிக்குது" கண்களில் முட்டிய கண்ணீருடன் ப்ரியா கத்தினாள்.

அப்படியே கீழிறங்கியவன் அவளின் வயிற்றுப்புறத்தில் முகம் திணித்து அழுத்தமாய் உரசியவன் காமத்தின் உந்துதலில் அப்படியே அவளின் பின்புறங்களை இரு கைகளிலும் இறுக்கிப்பிடித்து அப்படியே மேலே தூக்கினான். "உம் பேரை எழுதி வச்சுட்டு சாவண்டா நானு!" ப்ரியா கத்தினாள். அப்போது தான் ஜெனி அவன் தலைமுடியை ஒரு கையால் கொத்தாகப்பிடித்து கையில் எடுத்து வந்திருந்த திருப்புளியை நேராய் அவன் பின்புறத்தில் இடம் அது தானா என்ற சந்தேகத்தில் ஓங்கிக் குத்தினாள். ப்ரியாவை பொத்தென தரையில் விட்டு விட்டு ஐய்யோ என்று மண்டியிட்டான் முருகேசன்.

திருப்புளியை உறுவியவள் அதை திருப்பிப்பிடித்து மண்டியிட்டிருந்தவன் மண்டையில் படீர் படீரென நாலு வீசு வீசினாள். திருப்புளியை வீசியெறிந்து விட்டு கீழே கிடந்த ப்ரியாவை தூக்கி அணைத்தபடி கூட்டிப்போய் செக்சனில் இருந்த ஸ்டூலில் அமர வைத்தாள். யாரோ ஓடிப்போய் டம்ளரில் தண்ணீர் கொண்டு வந்து ப்ரியாவுக்கு கொடுத்தார்கள். அவளுக்கு என்ன நடந்தது என்பதை தெரிந்து கொள்ளவே சிறிது நேரம் பிடித்தது.

முருகேசன் முனகிக் கொண்டே அதே இடத்தில் சுருண்டு கிடந்தான். அவன் பின் புறத்திலிருந்து ரத்தம் கசிந்து அவன் பேண்ட்டை நனைத்து தரையிலும் பரவியிருந்தது. அவனை தொட்டாலே அய்யோ என்று அலறினான். அவனைச் சுற்றிலும் நான்குபேர் செய்வதறியாது நின்றிருந்தார்கள். "தூக்கிட்டு போயி ஆஸ்பத்திரியில சேருங்க, பார்த்துட்டே நிக்கீங்க?" ஜெனி தான்

குரல் கொடுத்தாள். அதன் பின் ஒருவன் ஆட்டோவுக்கு போன் செய்தான். முருகேசனை தூக்கிக் கொண்டு நாலு பேர் சென்றார்கள். லொய்யோ! லொய்யோ! என்று முருகேசன் ஓலமிட, "நல்லா கேட்டுக்கோடி அவன் சத்தத்தை!" என்ற ஜெனி அவளை தன் வயிற்றில் புதைத்து இறுக்கிக் கொண்டாள். ப்ரியா மறுபடியும் குலுங்கி அழத் துவங்கினாள்.

ஜெனி செக்சன் மேனேஜராக கம்பெனிக்குள் நுழைந்து ஒரு மாதம் தான் ஆகியிருந்தது. மற்றவர்களைப்போல அவள் தாவணியோ, சுடிதாரோ அணிந்து கொண்டு கம்பெனிக்கு வருபவள் அல்ல. ஜீன்சு பேண்ட்டும் டீசர்ட்டுமாய்த்தான் வருவாள். சிவந்த உடலும் குலுங்கும் மார்பகங்களோடும் வரும் அவளை பெண்ணாக யாரும் பார்ப்பதுமில்லை. செக்சனுக்குள் ஜெனி நுழைந்தாலே உயர்ரக செண்ட்டின் வாடை வீசும். தலை முடியையும் அவள் ஆண்களைப் போலவே வெட்டியிருப்பாள்.

கழுத்தில் தீனா படத்தில் அஜித்குமார் அணிந்திருந்த செயின் மாதிரி ஒன்று அணிந்திருப்பாள். முதலாளிக்கு வேண்டப்பட்ட பெண் என்றுதான் கம்பெனியில் பேச்சு உலவிக்கொண்டிருந்தது. ஏன் நீங்க பேண்ட் போட்டுட்டே வர்றீங்க? என்று டைலரிங் செக்சனில் இருந்த கதிர்வேல் ஒருமுறை ஜெனியை கேட்டுவிட்டான். நிதானமாய் அவனைப் பார்த்தவள், "உனக்கு எங்க கொடையுது?" என்று கேட்டு விட்டு போய் விட்டாள்.

இதனால் நாலுபேர் முன் மண்டைகாய்ந்த கதிர்வேல் அவளைப் பற்றியான தகவல்களை சேகரிக்கத் துவங்கினான். கோவையில் எல்.ஐ.சி காலனியில் அவள் வீடு. அம்மாவும் அண்ணன் ஒருவனும் இருப்பதாக கண்டறிந்தான். அப்பா டாக்டராக இருந்து கார் விபத்தில் இறந்து போய் வருடம் ஒன்றாகி விட்டது.

இவளாகத்தான் தன் மாமனை தொங்கித் தூறியாடி திருப்பூர் வந்து விட்டாள். திருப்பூரின் இறைச்சலில் இருக்க முடியாமல் ஆறு மாதம் போல கம்பெனியில் இருந்து பார்த்து விட்டு ஒதுக்குப்புறமாய் ஊத்துக்குளிக்கு வந்து விட்டாள். ஊத்துக்குளி ஆர்.எஸ்.ஸில் வீடு வாடகைக்கு பிடித்துக் கொண்டு மாமன் எவ்வளவோ கெஞ்சியும் அவர் வீட்டில் தங்காமல் தனித்தே தங்கியிருக்கிறாள்.

இத்தனை தகவல்களைத் திரட்டிய கதிர்வேல் கம்பெனியில் அவளை சைட் அடிப்பது தவிர்த்து ஆர்.எஸ்ஸில் அவள் வீட்டின் முன்பாகவும் போய் நின்று ஜன்னல் திறக்குமா? கதவு திறக்குமா?

என்று பழைய கால பித்தன் போல் அவள் நினைவாகவே திரிந்தான். காதல் பிறந்து விட்டால் சோறு தண்ணி தூக்கம் இத்தியாதிகள் எல்லாவற்றுக்கும் பிரச்சினையாகி விடுமாமே! அதே மாதிரியாகி சோகை பிடித்தவனாக மாறிப்போனான். ஒரு நாள் அவன் வீட்டில் குடிக்க எடுத்த சொம்புத் தண்ணீரில் கூட அவள் முகம் தெரிந்து முழுதையும் குடித்தவன். ஜெனியின் அலைபேசி எண்ணை கேட்ச் செய்தவன் கூப்பிடலாமா கூப்பிடலாமா? என்று பலநாள் இதயம் துடிக்க யோசித்து தவிர்த்து பின்னொரு நாள் கூப்பிட்டே விட்டான்.

-ஹலோ! யாரு போனு பண்ணிட்டு பேசாம இருக்கிறது? சொல்லுங்க என்ன வேணும்? நான் ஜெனி தான் பேசுறேன்.

-ஹலோ! ஜெனிங்களா! ஹலோ!

-கேக்குது சொல்றா! பத்து மணிக்கு போனை போட்டுட்டு ஜெனிங்களாமா! என்னடா வேணும் உனக்கு?

-நான் கம்பெனில கதிர்வேலுங்க ஜெனி. நீங்க கூட அன்னிக்கி கொடையுதான்னு கேட்டீங்களே!

-இப்ப கொடையுதா உனக்கு? அதுக்கு நானு என்ன பண்ணோனும்?

-என்னுங்க ஜெனி இப்படி பேசுறீங்க! நான் பேசுறதைத்தான் ரெண்டு நிமுசம் கேளுங்களேன் ஜெனி.

-சரி கேக்குறேன் சொல்லுடா! மென்னு மென்னு பேசாதே, சீக்கிரம் சொல்லு!

-இந்த ஒரு மாசமாவே என்னால சரியா தூங்க முடியறதில்லீங்க, செரிய சாப்புட முடியறதே இல்லீங்க. எவத்திக்கி பாத்தாலும் கண்ணுக்கு முன்னால நீங்களே தெரியறீங்க. உங்க மேல எனக்கு கொள்ளைத்த நெனப்பு வந்துடுச்சுங்க. உங்களுக்கு என்னை புடிக்குதா புடிக்கலியான்னு ஒன்னுமே தெரியாம உங்க நெனப்பாவே இருந்துட்டு இருக்கனுங்க. இப்பக்கூடப்பாருங்க நீங்க திட்டினாலும் செரியுன்னு போட்டு போன்ல கூப்புட்டுட்டனுங்க. ஏனுங்க ஜெனி நாம ஒருத்தரை மனசுலயே வெச்சுட்டு எத்தன நாளைக்கித்தான் இப்புடியே இருக்குறதுன்னு நேராவே உங்க கிட்ட எம்பட மனசை சொல்லீட்டனுங்க!

-நீ எதுக்கும் போயி டாக்டரை பாருடா! முத்திப்போச்சுன்னா பிரச்சினை ஆயிடும்.

-இதுக்கெல்லாம் டாக்டரை பாக்க வேண்டிது இல்லீங்க ஜெனி. நீங்க என்னை விரும்புறேன்னு சொல்லீட்டீங்கன்னு வெச்சுக்கங்க ஒரு பேச்சுக்கு. அப்புறம் பாருங்க நானு உலவத்துலயே பெரிய கொடுப்பினைக்காரனா ஆயிப்போயிடுவனுங்க!

-அப்புடியா! பார்றா அதிசயத்தை. நீ என்னமோ என்னை பை போடணும்னு திட்டத்துல்ல இருக்கியாட்ட இருக்குதுடா! அதுக்குத்தான் சுத்தி வளைச்சு மண்ணு மங்கானின்னு பேசிட்டு இருக்கீன்னு நெனைக்கிறேன்

-நீங்க என்னுங்க ஜெனி எப்பப் பாத்தாலும் தூக்கி எறிஞ்சே பேசிப் பழகியிருக்கீங்க? ஆனா அது தான் எனக்கு உங்க மேல எச்சா எச்சா பிரியமா இருக்குதுங்க. பாத்தீங்களா இப்ப கல கலன்னு சிரிக்கறீங்க.

-டேய் லூசு ஏண்டா என்னை சாமத்துல போட்டு அறுத்து எடுக்குறே? உன்னையாட்டம் இன்னம் ஆளுங்க நிறையப்பேரு இருக்கீங்களாடா? அதென்னடா உங்களுக்கு என்னையக் கண்டா மட்டும் தூக்கிக்குது? ஜீன்சு போட்டா பின்னாடியும் எடுப்பாத்தாண்டா தெரியும். அதுக்காவெல்லாம் உனக்கு சோறு எறங்குல தூக்கம் வரலீன்னு சொல்லக்கூடாது.

-சாமானியப்பட்டவனு இல்லீங்க ஜெனி நானு. எங்க வீட்டுல நானு ஒரே பையனுங்க. இன்னும் எங்கப்பன் ஆடுக முப்பது உருப்படி மேச்சுட்டுதான் இருக்குதுங்க. காடு பத்து ஏக்கரா இருக்குதுங்க. என்ன படிப்பு மட்டும்தான் என் மண்டையில ஏறவே இல்லீங்க. குடும்பம் நடத்துறதுக்கு படிப்பு எதுக்குங்க?

-ராடு இருந்தா போதுமுங்கிறியா? உனக்கு நானு சோத்தை ஆக்கிப்போட்டு கம்பெனிக்கி காத்தால தாட்டி உடோணும்! அப்புறம் உங்கொப்பன் செத்துட்டான்னா ஆடுக முப்பதீம் ஓட்டீட்டு காட்டுல சுத்தோணும்! பொழுதானா நீ ஜெனி ஜெனீன்னு ராடை தூக்கீடு கூமாச்சி பண்ணீட்டு வருவே! அத்தான் பொத்தான்னுட்டு நானு படுத்துக்கணும். அப்படித்தானடா? டேய் ஏனோ உம்மேல கோவமே வரலீடா எனக்கு. போனை வெச்சுட்டு போயி கையில புடிச்சு குலுக்கீட்டு சத்தமில்லாம

படுத்துக்கோ! அது தான் நல்ல புள்ளைக்கி அடையாளம். கோவம் வந்துடுச்சுன்னு வெச்சுக்கோ. டங்குவாரை அத்துப்போடுவேன்.

-நீங்க லொள்ளு நாயமே பேசுறீங்க ஜெனி. ஒரு மனுசன் எப்பிடி தவிச்சு பிரியத்தை சொல்லீட்டு இருக்கேன். புரிஞ்சிக்காம டங்குவாரை அத்துப்போடுவன்னு சொல்றீங்க. ஒரு பொம்பளப்பிள்ளை பேசுற மாதிரியா பேசுறீங்க? ஏனுங்க ஜெனி நீங்க இப்படி?

-ஒரு நிமிசம் இருடா கதிர்வேலா, நானு குப்புறப்படுத்துக்கறேன் என் பெட்டுல. இன்னிக்கி என்னமோ நீ பேசுறது தாலாட்டு பாடற மாதிரியே இருக்குது. தெனமும் சுக்வீந்தர் சிங்கோட இந்திப் பாடல்களை கேட்டுட்டே தான் தூங்குவேன். இன்னிக்கி அது வேண்டாம் எனக்கு.

-ஏனுங்க ஜெனி நீங்க நைட்டு தூங்கறப்பவும் பேண்ட்டு போட்டுட்டே தான் தூங்குவீங்களா?

-நீ எப்படிடா தூங்குவே? பேண்ட்டு போட்டுட்டேவா?

-நீங்க மொதச் சொல்லுங்க. நான் தான மொதக் கேட்டேன். நானு சங்கு மார்க் லுங்கி கட்டீட்டு வெறும் மேலோட தூங்குவனுங்க.

-உள்ளாடை என்ன அதும் சங்கு மார்க்காடா கதிர்வேலா?

-ஏனுங் ஜெனி நீங்க மூடை கௌப்புற மாதிரியே பேசுறீங்க. இதெல்லாம் கலியாணம் நிச்சயம் பண்டின பொறவு பேசுறதுங்க!

-அட நானு மூடை கிளப்பத்தான் பேசுறேன். கலியாணம் நிச்சயம்னு சொன்னியே யாருக்கு?

-நம்ம ரெண்டு பேருக்குத்தானுங்க ஜெனி! அடா அடா என்னமா பாசிமணி செதறுனாப்புல சிரிக்கறீங்க நீங்க! நாங்கேட்டதை மறந்துட்டீங்க பாருங்க அதுக்குள்ள! பேண்ட்டோடயா தூங்குவீங்க?

-இல்லீடா, நானும் சங்கு மார்க் லுங்கி கட்டீட்டு தான் தூங்குவேன்.

-பொய் சொல்லாதீங்க எங்கிட்ட ஜெனி நீங்க. பொம்பளைங்க யாராச்சிம் லுங்கி கட்டீட்டு தூங்குவாங்களா?

-ஏண்டா, லுங்கி கட்டீட்டு தூங்குனா தூக்கம் வராதா?

-தூக்கம் வருமுங்க, ஆனா நல்லாவா இருக்கும். நாலுபேரு பாத்தா என்ன நெனைப்பாங்க? பார்றா கதிர்வேலன் பொண்டாட்டி லுங்கி கட்டியிருக்கான்னு பொறவுக்கு பேசுவாங்க!

-பேசுடா இன்னிக்கி நீயி! டேய் ஆம்பளைங்க வேட்டி கட்டுறப்ப அண்டர்வேர் வரிவரியா டிசைன்ல போட்டுக்கறாங்க தானே!

-ஆமாங்க ஜெனி அதெல்லாம் அந்தக்கால பெருசுங்க போட்டுக்கறது. இப்பெல்லாம் யாரும் அதை வாங்கி போட்டுக்கறதில்லியே! எதுக்கு கேக்கறீங்க?

-அதை நானு மறந்தே போயிட்டேண்டா! நாளைக்கி ரெண்டு செட்டு எடுக்கோணும் நானு! நான் போட்டா சூப்பரா இருக்கும். அப்பிடியே தூக்கி வேட்டிய மடிச்சு கட்டீட்டு பந்தாவா வெளிய போனா ஊத்துக்குளி ஆர்.எஸ்சே ஆச்சரியமா பாக்கும்ல!

-நாயிதான் பார்த்தா உறுமீட்டு வருமுங்க!

-சேரி நான் அப்பிடியே தூங்கிடுவேண்டா தூக்கம் வருது.

-இருங்க இன்னம் சித்த நேரம் பேசிட்டு அப்புறமேத்திக்கி தூங்கலாமுங்க!

-நீ பேசீட்டே இருடா. ஆனா சிரிக்க வெக்காதே சரியா!

-நாம கலியாணத்தை எங்க வெச்சிக்கலாங்க ஜெனி? கைத்தமலையில வச்சிக்கலாங்களா? எங்கப்பனுக்கும் எங்கம்மாளுக்கும் மலையிலதான் மூஞ்சுதுங்களாமா!

-பாரு இப்படித்தான் சிரிப்பு கூட்டுற மாதிரி பேச வேண்டாமுன்னு சொன்னேன். நீ கேக்க மாட்டேடா கதிர்வேலா! சரி கலியாணம் பண்டீட்டு மொதல் ராத்திரில என்னடா பண்ணுவே? அதை பேசுறதை உட்டுட்டு கண்டதை பேசிட்டு இருக்கன் பாரு நானு. சொல்றா!

-எல்லாரும் பண்றதைத்தான் பண்ணோனுமுங்க ஜெனி.

-அதாண்டா கேக்கறேன். எல்லாரும் என்ன பண்ணுவாங்க? எனக்கு தெரியாது சொல்லு! உனக்கு முன்ன அனுபவம் இருக்கா? யாராச்சிம் கத்துக் குடுத்திருக்காங்களா?

-அது கலியாணத்துக்கு பொறவு பாத்துக்கலாங்க ஜெனி.

-அப்ப பாத்துக்க முடியாதுடா அதெல்லாம். கார் ஓட்டத் தெரியுமாடா உனக்கு?

-தெரியாதுங்க ஜெனி.

-கார் ஓட்டவே தெரியாதுங்கறே! அப்புறம் எப்படிடா நீ மொதல் ராத்திரில பொண்டாட்டிய ஓட்டுவே?

-கார் வந்து ட்ரைவிங் ஸ்கூல்ல கத்துகிட்டு லைசென்ஸ் வாங்கிட்டு ஓட்ட வேண்டிது தானுங்க.

-அப்பிடின்னா இதையும் போயி ஓட்டீட்டு லைசென்ஸ் வாங்கிட்டு வந்து எங்கிட்ட காட்டு!

-இதுக்கெல்லாம் ஏதுங்க ஜெனி லைசென்சு?

-அப்பிடியா! இதுக்கெல்லாம் அரசாங்கம் லைசென்சு தர்றதில்லியா? அப்ப ஒன்னு பண்ணு. ஏதாவது பிராஸ்டியூட் கிட்ட போயி முடிச்சுட்டு அவளை எங்கிட்ட கூட்டிட்டு வந்து கதிர்வேலன் காரியம் பாக்குறதுல சிங்கம்னு அவளை சொல்லச் சொல்லு! அதான் சர்டிபிகேட்!

-அதெல்லாம் தப்புங்க ஜெனி! எய்ட்ஸ்சு அது இதுங்கறாங்க. மாட்டீட்டா வம்பு வந்துடும். எங்க பக்கத்தூட்டுல ஒருத்தன் எய்ட்ஸ் வந்து தானுக ஒருவருசத்திக்கிம் மிந்தி செத்தான்.

-அதுக்கு நான் என்னடா பண்ண முடியும்? எவளாச்சும் வந்து சொன்னாத்தான் அது சரியா வரும். இல்லீன்னா நீ வெறும் புசுக்குன்னு வெச்சுக்கோ. நானு என்ன உங்கூட்டுல செவுத்தை நோண்டீட்டு படுத்துட்டு இருக்குறதா? நான் வேணா நாளைக்கே நாலு பேர்த்தை உங்கிட்ட அனுப்புறேன். அவுங்க உன்கிட்ட வந்து ஜெனிது எல்லாமே பர்பெக்டா இருக்கு. ஓகேன்னு சர்டிபிகேட் குடுப்பாங்க! என்னோட ரூட்டு கிளியர்.

-நாலு பேரா?

-நாலு பேரு சர்டிபிகேட் குடுத்தா பத்தாதாடா உனக்கு? இல்லீன்னா ஒரு வாரம் டைம் குடு எனக்கு. இன்னம் நாலு பேரு வந்து சூப்பருன்னு சொல்லுவாங்க உன்கிட்ட! சர்டிபிகேட் இல்லாம இந்தக் காலத்துல ஒருத்தரும் பொழைக்க முடியாது

தெரியுமா! நீ சும்மாநாச்சிக்கிம் உனக்கு தெரிஞ்சவளை வச்சு காரியம் சாதிச்சுக்கலாம்னு பார்த்தேன்னு வெச்சுக்க, உங்க ஊருக்குள்ள நாலு பேரை செட் பண்ணிக்குவேன் காரியம் சுத்தப்படலீன்னா!

-நீங்க பொண்ணுப்பிள்ளை மாதிரியே பேசமாட்டிங்கறீங்க.

-அப்ப நெறயா பொண்ணுக கிட்ட பேசி பழக்கம் இருக்குதாடா உனக்கு. பொண்ணுபிள்ளை எப்பிடிடா பேசுவாங்க? சொல்லிக்குடுடா!

-எங்கம்மா. எங்கத்தை, எங்க பெரியம்மா, பெரிம்மா பொண்ணுக எல்லாம் உங்களையாட்ட பேச மாட்டாங்க!

-டேய் தூக்கம் வருதுடா! போயி அவிங்களையே கட்டிக்க! நான் பொம்பளைன்னு நெனச்சு பேசிட்டு இருக்கேடா நீ. நாளைக்கே கம்பெனில என்னை ஆம்பளைன்னு எல்லாருகிட்டவும் சொல்லு!

-ஏனுங்க நெசமாலுமே நீங்க ஆம்பளையா?

-டேய் இனி உங்கிட்ட நானு தூக்கி காட்டோணுமாடா! வெய்யிடா போனை. நாளைல இருந்து போனு பண்ற வேலை வச்சுட்டீன்னு வெச்சுக்கோ. உன்னுதை அறுத்து காக்காயிக்கி வீசிடுவேன். கம்பெனில பல்லைக் காட்டுனேன்னு வெச்சுக்க தட்டி கையில குடுத்துடுவேன்.

ப்ரியாவின் தேம்பல் ஒலி நின்றதும் ஜெனி அவளை கூட்டிக்கொண்டு பாத்ரூம் சென்றாள். ப்ரியாவின் மேலாடையை அவிழ்த்து முருகேசனின் பல்பதிந்த மார்பைப் பார்த்து கோபம் மிகுதியில் அவனை கண்டபடி பேசினாள். இன்னும் நாலு குத்து அவனை திருப்புளியால் குத்தி காயப்படுத்தி இருக்க வேண்டும் என்றாள். பக்கத்து மார்பகம் கசங்கிச் சிவந்து கிடந்தது. மீண்டும் அவளை உடை அணியச் செய்து டாக்டரிடம் தன் யமாஹாவிலேயே பின் இருக்கையில் அமர்த்தி வைத்துக் கூட்டிப் போனாள். மனிதப்பல் பதிந்திருப்பதால் செப்டிக் ஊசி போட்டுக்கொண்டாள் ப்ரியா. மேலே தடவ ஆயின்மெண்ட் ஒன்றுக்கும் வலி மாத்திரைக்கும் டாக்டர் சீட்டு எழுதிக் கொடுத்தார்.

அடுத்த பத்தாவது நிமிடத்தில் ப்ரியாவுடன் ஆர்.எஸ்சில் தன் வீட்டில் இருந்தாள் ஜெனி. மருந்துக்கடையில் பொருள்கள் வாங்கியதும் வீட்டுக்கு செல்கிறேன் என்றவளை திட்டித் தான்

ஜெனி தன் வீட்டுக்கு கூட்டி வந்திருந்தாள். வந்தவள் ப்ரியாவை பாத்ரூமிற்கு முகம் கழுவ அனுப்பி விட்டு ஜீன்சை கழற்றி ஹேங்கரில் மாட்டி விட்டு லுங்கியை அணிந்து கொண்டாள். பின் சமையலறைக்குச் சென்று இருவருக்கும் ஹார்லிக்ஸ் தயார் செய்தாள்.

ஜெனி இரண்டு டம்ளர்களோடு சமையல் அறையில் இருந்து வந்த போது ப்ரியா டவலால் முகத்தை துடைத்துக் கொண்டு அருகில் இருந்த ஷோபாவில் அமராமல் நின்று கொண்டே இருந்த பிரியாவைப் பார்த்ததும் அதற்கொருமுறை அவளை சப்தமிட்டாள். போட்ட சப்தத்தில் ப்ரியா ஷோபாவில் பொத்தென அமர்ந்து விட்டாள்.

"நீ இப்படி இருக்கிறதுனால தாண்டி அவன் ஈசியா உன்னை கசக்கிட்டான். அவனுக்கு இன்னம் இருக்குது பாரு. அவனை விடமாட்டேன். இந்தா பிடி" என்று அவள் கையில் டம்ளரை திணித்தாள் ஜெனி. ப்ரியாவுக்கோ இவள் லுங்கியை ஆண் போல மடித்துக்கட்டி இருப்பது புதுமையாய் இருந்தது.

ஜெனியிடம் ப்ரியா கம்பெனியில் அதிகம் பேசியதே இல்லை. ஆனால் யாருமே தனக்கு அச்சமயத்தில் உதவிக்கு வராமல் இருக்க ஜெனி வந்தது அவளுக்கு மனதுக்குள் ஆறுதலாய் இருந்தது. இவளும் வராமல் போயிருந்தால் அவன் இன்னும் என்னென்ன செய்திருப்பானோ! நினைக்க பயமாயிருந்தது. நாளை அவன் சரியாகி வந்தால் மறுபடியும் தொல்லை தருவானோ என்ற பயமும் இருந்தது. பயத்துடன் அதைத்தான் ஜெனியிடம் சொன்னாள் ப்ரியா.

"அந்த முருகேசன் மறுபடியும் கம்பெனிக்கு வந்தான்னா என்னை மிரட்டுவானே! ஆள் வச்சு குத்துறியாடிம்பானே!"

"நான் எதுக்கு இருக்கேண்டி? இனி உனக்கு தொல்லை பண்ணான்னா அவனை போட்டுத் தள்ளிடுவேன். நீ என்ன சுண்டக்கா பயலுக்கெல்லாம் பயந்து கெடக்கேடி? சீக்கிரம் குடி நீ ஹார்லிக்ஸை! உனக்கு ஆயின்மெண்ட்டை தடவி விடறேன்"

"நானே வீட்டுல போயி தடவிக்கிறேன்"

"நீயே வீட்டுல போயி தடவிக்கவா உன்னை இங்க கூட்டிட்டு வந்தேன்? உனக்கு வெக்கமா இருக்குதா?" என்றவளுக்கு இல்லை என்று தலையாட்டினாள் ப்ரியா.

"பின்ன என்ன கழட்டிட்டு அப்படியே ஷோபாவுல படு" என்றவள் இரண்டு காலி டம்ளர்களை எடுத்துக் கொண்டு சமையலறைக்குள் சென்றாள். அவள் திரும்பி வந்தபோது ப்ரியா வெற்று மேலுடன் ஆயின்மெண்ட் டப்பாவின் மூடியைத் திறந்து நுகர்ந்து பார்த்தபடி இருந்தாள்.

"இது என்னமோ சொல்லவே முடியாத வாசம் அடிக்குது!"

"நீ மொதல்ல படுடி" என்ற ஜெனி அவள் கையிலிருந்து டப்பாவை வாங்கிக்கொண்டு அவளும் நுகர்ந்து பார்த்தாள்.

"ஆமாம்டி! விக்ஸ் மாதிரி வாசம் அடிக்குமோன்னு பார்த்தா இது என்னமோ மாதிரி இருக்கு" என்றவள் வலது கை விரல் இரண்டில் தடவி எடுத்து ப்ரியாவின் கடிபட்ட மார்பகத்தில் தடவி அழுத்தினாள்.

"ஐய்யோ வலிக்குதே! நீங்க அப்படி அழுத்தி தேய்க்காதீங்க ஜெனி. ரொம்ப வலியா இருக்கு" என்றதும், இப்ப சரியா! என்று பூவைத் தடவுவது மாதிரி தடவினாள். ப்ரியா கண்களை மூடிக் கிடந்தாள்.

"போதுங்க ஜெனி" ப்ரியா குரல் மாறி முனகலாக வந்தபோது ஜெனி அடுத்த மார்பகத்தை பற்றினாள். மறுப்பு ஏதும் தெரிவிப்பாளோ என்று ஜெனி நினைத்தபோது ப்ரியாவின் முனகல் ஒலி அதிகமாகியது. அப்படியே குனிந்து கண்மூடிக் கிடந்தவளின் உதட்டில் ஜெனி முத்தம் கொடுத்து ப்ரியாவின் கீழ் உதட்டை கவ்வி உறிஞ்சினாள். பிரியாவின் வலதுகை இப்போது ஜெனியை அணைத்துக் கொண்டது. பின் ப்ரியாவின் நெற்றி, கண், கழுத்து, என்று முத்தமிட்டு வந்தவள் வலது மார்பகத்தில் முத்தமிட, "இது தப்பில்லையா ஜெனி!" என்றாள் ப்ரியா.

"உனக்கு நல்லா இருக்கா இல்லியா?"

"ம்"

"அப்ப தப்பில்லடி பிரியா" என்றவள் மீண்டும் உதட்டுக்கே வந்து கவ்விக்கொண்டாள்.

4. மரப்பல்லி

மணிபாரதி ஒரு வார காலமாக சந்திரிகாவிடம் இருந்து அலைபேசி அழைப்பு வரும் என்று காத்திருந்தான். அது வீணாகியது வருத்தமாக இருந்தது. அவ்வளவு தூரம் பாப்பாவுக்கு டியூசன் எடுக்குமாறு உதவி கேட்டும் இப்படி ஒன்றும் சொல்லாமல் ஒருவாரம் ஓடிப்போய் விட்டதே! பாப்பாவிடம் தினமும் கேட்டுப் பார்த்தான்.

ஏதாவ்து டீச்சர் இன்னிக்கி டியூசன் எடுக்கிறதைப் பத்தி சொன்னாங்களா? என்று. பாப்பா உதடு பிதுக்கி, ஒன்னும் சொல்லலைப்பா நானா கேட்டாலும் எதாச்சிம் தப்பா நெனச்சுக்குவாங்க! என்றாள். தவிர போன் நெம்பர் தான் உங்க கிட்ட கொடுத்தாங்கள்ள பேச வேண்டியது தான! என்றாள். ஏனோ ரொம்ப காலம் கழித்து இவனாக போனில் ஒரு பெண்ணை கூப்பிடுவது கூச்சமாக இருந்தது. இன்னும் ஒரு நாள் போகட்டும், இன்னும் ஒரு நாள் போகட்டும் என்று தள்ளிப்போட்டுக் கொண்டே வந்தான்.

பாப்பா தூங்கிப்போய் அரைமணி நேரத்துக்கும் மேலாகியிருந்தது. வசந்தி, சந்திரிகா என்று பெண்கள் நுழைந்து விட்ட பிறகு இவனுக்கு முன்னைப்போல தூக்கம் வருவது என்பதே ரொம்ப தாமதமாகியது. எந்த நேரமும் பெண்களே குடி கொண்டிருந்த மனது மூன்று வருடங்கள் மட்டுமே ஓய்வில் இருந்தது. இப்போது அது விடைபெற்றுப் போனபடியால் எல்லா குழப்பங்களும் சேர்ந்து கொண்டன. இடையில் வசந்தியின் அலைபேசி பேச்சுகளால் ஈர்க்கப்பட்டு அவளை அழைத்துக்கொண்டு பெருந்துறை தேவிசித்ரா திரையரங்கிற்கு நேற்று முன் தினம் போயிருந்தான். அதைக்கூட அவள் கேட்டவிதம் இவனுக்கே பாவமாய்பட்டதால் தான் வாடி என்று இழுத்துப் போயிருந்தான்.

“ஏனுங்கண்ணா, எனக்குன்னு ஒரு ஆசையும் இருக்கவே கூடாதா? இப்பிடியே இருந்துட்டு இப்பிடியே செத்துப் போயிடணுமா? என்னை கூட்டிப்போறதால ஊர்ல யாரு எதை தப்பாச்சொன்னாலும் செருப்புலயே போடுவன்ணா நானு. அவ்ளோ கடுப்புல இருக்கேன் இந்த வாழ்க்கை மேல! நான் தியேட்டர்ல சினிமா பார்த்து எட்டு வருசம் ஆயிப்போச்சுங்க அண்ணா! சீக்கிரம் என்னை ஒரு வேலையில சேர்த்தி உடுங்கண்ணா! இல்லீன்னா உங்க கூட வந்து ப்ரஸ் புடிச்சுக்கறேன். வீட்டுல சும்மா இருந்துட்டு சாப்பிடறதால எனக்கும் அம்மாக்கும் அடிக்கடி சண்டை வந்துடுதுண்ணா. இப்பவே அறுவத்தி அஞ்சு கிலோ இருக்கேன் நானு. இன்னும் உக்காந்து தின்னா குண்டாயிடுவன்.” இப்படியே பேசிப்பேசி தன்பக்கமாய் வசந்தி இழுப்பது இவனுக்குத் தெரிந்தாலும் ஓரத்தில் தூங்கிக் கொண்டிருந்த காமம் விழித்துக் கொண்டதால் அரைகுறையாய் சரி, சரியல்ல என்ற நிலையில் தவித்தான் மணிபாரதி.

மணிபாரதி இறுதியாய் சந்திரிகாவுக்கு குட்நைட்! என்று மெசேஜ் அனுப்பினான். யாரு என்ன என்று சந்திரிகா டீச்சர் கூப்பிட்டால் சொல்லிக் கொள்ளலாம் என்று நினைத்திருந்தான். எதிர்பார்த்தது போலவே அழைப்பு வரவும் பதட்டத்தோடு எடுத்துப்பார்த்தான். வசந்தி அது. கட் செய்து இவனே கூப்பிட்டான்.

- சொல்லு வசந்தி தூக்கம் வரலியா?

-எனக்கு ரெண்டு நாளா தூக்கமே இல்லண்ணா! இன்னும் தியேட்டர்ல உங்ககூட உட்கார்ந்துட்டு படம் பார்த்துட்டு இருக்காப்லையே இருக்கு.

-அடுத்த வாரம் வேலை கொஞ்சம் கம்மிதான். இன்னொரு படத்துக்கு கூட்டிப் போகவா?

-ம்! சொல்றேன். இந்தப்படத்துக்கு வர்றதுக்கே எங்கம்மாட்ட டாக்டர்கிட்ட போயிட்டு வர்றேன்னு பொய் சொல்லிட்டு வந்தேன்.

-ஏன் வசந்தி ரெண்டு பேர்த்தையும் பெருந்துறையில ஒன்னா நம்ம ஊர்க்காரங்க யாராவது பார்த்து உங்க அப்பாகிட்ட சொல்லிட்டா என்ன நடக்கும்?

-அதெல்லாம் நான் பார்த்துக்கறேன். என்னோட பழைய சுடிதாரை இன்னிக்கி வீட்டுல போட்டுப்பார்த்தேன். சிக்குன்னு

இருக்கு இப்பத்தான். ஆனா சால் போர்த்தாம வெளிய வரவே முடியாது. பார்க்கறவங்க கண்ணெல்லாம் அங்கியே மொறைக்கும். அப்பிடி இருக்குதுக கண்ணாடியில பாக்குறப்ப ரெண்டும். சும்மாவே தூங்கறதில்லண்ணா நானு. அமுக்கிட்டே படுத்துட்டு இருப்பேன். அதான் பெருசாயிடுச்சுக எனக்கே தெரியாம இதுக.

-மணி பத்தாகப் போகுது இந்த நேரத்துல இப்படி எல்லாம் பேசாதே வசந்தி.

-இப்போத்தான் பேசோணும். ஏன்னா இப்பத்தான் எனக்கு கை கம்முன்னு இருக்காம மேல வச்சு அழுத்திக்குது.

-எங்க படுத்திருக்கே நீ?

-எங்க வீட்டு மாடியில தனியா கட்டல் போட்டு காலுக்கு ஒரு தலையணை தலைக்கு ஒரு தலையணை வயித்துக்கிட்ட ஒரு தலையணைன்னு ஜம்முன்னு கிடக்கேன். அரைத்தூக்கம் தூங்கினாலும் சுகமா தூங்கணும்ல.

-ப்ரியா உன் கூட வந்து படுத்துக்க மாட்டாளா? நீ ஏன் தனியா கிடக்கே?

-ப்ரியா சின்னப்பொண்ணா இருந்தப்ப இருந்து என்கிட்ட படுக்க மாட்டா. காலைத்தூக்கி மேல போடுவா, பாயில விடியறதுக்குள்ள ஒரு சுத்தே சுத்தி வந்து தலையணை ஒருபக்கம் இவ ஒரு பக்கம் கிடப்பா. திட்டினதுல இருந்து கிட்ட வரமாட்டாண்ணா. ஆமா ஏன் ப்ரியாவைப் பத்தியே இன்னிக்கி பேசுறீங்க? அவமேல தான் உங்களுக்கு நோட்டமா? எங்க மேல எல்லாம் இல்லியா? போக வீட்டுக்குள்ள கிடந்தா டக்குன்னு எந்திரிச்சு எங்கீம் வரமுடியாதில்லியா!

-டக்குன்னு எந்திரிச்சு எங்க சாமத்துல போறே நீ? ஊருக்குள்ள யாருகூட பழகுறேன்னு வேற சொல்றே?

-உங்களுக்கு மூடு வந்து ஒருவேளை என்னை கூப்பிட்டீங்கன்னா மளார்னு நான் வரணும்ல! என்னண்ணா பேச்சையே காணம்? என்னை பிடிக்கலையா உங்களுக்கு?

-அண்ணா அண்ணான்னு கூப்பிட்டே இருந்தீல்ல சின்னவயசுல இருந்தே. நான் உன்னைப்பத்தி ஒரு நாளும் தப்பா நெனச்சதே

இல்ல வசந்தி. இப்ப நீ இப்படி பேசப்பேச அப்படி உன்னை யோசிக்கவே முடியல.

-அண்ணான்னா அப்பவேன்னு பழமொழி பேசுவீங்கள்ள ஆம்பளைங்க, அப்ப அது பொய்யா? உங்களை நம்ப முடியாது போல இருக்கேண்ணா. அதான் தியேட்டர்ல மும்மரமா படம் பார்த்துட்டே இருந்தீங்களா? உங்க கையை எடுத்து என் மார்மேல வச்சுக்கறேன் ஒன்னுமே பண்ணாம கையை எடுத்துட்டீங்க. அதான் நானும் கம்முன்னு உக்காந்துட்டேன் இடைவேளை வரை. உங்ககூட படம் பாக்குறதுக்கு சாமியார் ஒருத்தங்கூட படம் பாத்துடலாம் போலன்னு நான் தொட்டதீம் கையை பிடிச்சு பத்திரமா என் மடியிலயே வச்சீங்க.

இப்ப என்னடான்னா அடுத்த வாரமும் சினிமாவுக்கு கூப்பிடறீங்க. நான் வரலைன்னு சொல்லலை. வர்றேன் ஆனா நீங்க ஒன்னும் பண்ணாட்டி போச்சாது ஆனா நான் என்ன வேணாலும் பண்ணுவேன். என் கையை எடுத்து பத்திரமா என் மடியிலயே வச்சீங்கன்னா எந்திரிச்சு பஸ் பிடிச்சு வந்துடுவேன். என்ன படம் ஓடினாலும் சரி அங்க நான் படம் ஓட்டுவேன். சம்மதம்னா வர்றேன்.

-எனக்கு மனசே கேக்கலை வசந்தி... தப்பா ரைட்டான்னு தெரியலை.

-சரிண்ணா நான் இப்ப வரவா?

-இப்ப வேண்டாம் வசந்தி. நாம சினிமாவுக்கு போகலாம்.

-எல்லாம் ஒன்னு தாண்ணா! சரி நான் சுடிதார் போட்டு வரவா? சேலை கட்டி வரவா?

-உனக்கு எது பிரியமோ அப்படி வா.

-சும்மா வரவா? ஐ! சிரிக்கறீங்க. இப்பவே எனக்கு மயக்கம் வர்ற மாதிரி இருக்குண்ணா! நான் உங்க கூட தூங்கணும்ணா! உங்க மார்மேல தலை வச்சு தூங்கணும்.

-தூங்கறதுக்குத் தான் வர்றேன் வர்றேன்னு சொல்லிட்டு இருக்கியா?

-எல்லாம் பண்ணீட்டு ஒரு மணி நேரமாச்சிம் தூங்கணும்னு ஆசையா இருக்குண்ணா.

-பாக்கலாம்.

-என்னண்ணா பாக்கலாம்னு மெதுவா சொல்றீங்க? ஊர்ல ஒவ்வொருத்தரும் எப்படா பொண்ணு கிடைக்கும்னு தவியா தவிச்சு கிடக்காங்க. நீங்க என்னடான்னா பாக்கலாம்னு சொல்றீங்க. காங்கயத்துல் பக்கத்து வீட்டுல ஒரு பொண்ணு காலேஜ் போயிட்டு வந்துட்டு இருக்குண்ணா! பேரு நித்யா. நல்லா பேசும் அது என்கூட. அவளுக்கு ஒருத்தன் இருக்கானாம். அவனைத்தான் கட்டிக்குவாளாம். ஒரு நாள் அவன் போட்டோவை என்கிட்ட செல்போன்ல காட்டினாள்ண்ணா! அசப்புல பாத்தா உங்களை மாதிரியே இருந்தான்.

மொதல்ல நீங்கதானோன்னு சந்தேகமே வந்துடுச்சு. நல்லவேளை இன்னம் ரெண்டு மூனு போட்டோ காட்டினாள். உங்ககிட்ட சொல்லோணுமுன்னு ரொம்ப நாளா நெனச்சிருந்தேன். இப்ப ஞாபகம் வருது பாருங்க! ரெண்டு பேரும் சினிமாக்கு அடிக்கடி போவாங்களாம். இவளோட சுடிதார்ல கைய வுட்டு புடிச்சிட்டு என்னடி சிறுசா இருக்குதும்பானாம். உனக்கெல்லாம் இது போதும்னு இவ சொல்லுவாளாம். நானே கடுப்புல அந்த ஊர்ல இருக்கேன். அது தெரியாம என் வயித்தெரிச்சலை வாங்கி கட்டிக்குவாண்ணா. உங்களுக்கு எப்படிண்ணா? சிறுசா இருந்தா பிடிக்குமா இல்ல பெருசா இருந்தா பிடிக்குமா?

-ஐய்யரூட்டு திண்ணை மாதிரி இல்லாம இருந்தா சரி.

-நல்லவேளை எனக்கு அப்படி இல்ல. புடிச்சிட்டே இருந்தா பெரிசாயிடும்போல இருக்குண்ணா இது. என்னோட ஒரு கையிக்கி கரைக்டா இருக்குது. ஒரு தமாஸ் கேளுண்ணா நீங்க. போன மாசம் முத்துலட்சுமிக்கு கல்யாணம் ஆச்சில்ல. மொதல் ராத்திரில அவ வீட்டுக்காரன் ரொம்ப நேரம் அப்படி இப்படின்னு பண்ணியிருக்கான். இவ அழுதுட்டு அம்மாக்கு போனை பண்ணி மாமன் கண்ட எடத்துல எல்லாம் தொடுதும்மான்னு சொன்னாளாம். அவிங்கம்மா சிரிச்சுட்டே போனை வச்சிடுச்சாம்.

அப்புறம் வீட்டுக்காரன் சத்தீமா தொடுலடி அழாதடின்னு கெஞ்சீட்டு இருந்தானாம். வெளிய போயி படுத்துக்கறன்னு சொல்லிட்டு வெளிய போயி படுத்துட்டானாம். அப்புறம்

ஒருமணி நேரம் தனியா கெடந்தாப்பலையாம் வீட்டுக்காரன் தொட்டதுல மெதுவா மூடாயி இவளே வெளிய போயி அவனை உள்ள கூட்டிட்டு வந்து கட்டிப் புடிச்சுக்கிட்டாளாம். அப்புறம் தான் முடிச்சுக்கிட்டாங்களாம்ணா! எங்கிட்ட வந்து அன்னிக்கி சொல்லி கடுப்பை கிளப்பீட்டு போறா!

-பொம்பளைங்க இப்படித்தான் எந்த நேரமும் அந்த நாயமே பேசிக்குவீங்களா?

-ஓ நீங்கதான் பேசுவீங்கன்னு நெனச்சிட்டு இருந்தீங்களா? முத்துலட்சுமி சொல்றாள்ணா. அவ மாமன் முன்னாடி ஒட்டுத்துணி இல்லாம கெடந்தண்டி! அவன் மட்டும் பனியன் போட்டுட்டு இருந்தான்னு!

-அதையெல்லாம் உன்கிட்ட எதுக்கு வந்து அவ சொன்னா? ஊர்ல என்ன நடக்குதுன்னே தெரியலையே!

-நானும் கல்யாணம் பண்ணியிருக்கேன் எனக்கு இந்த விசயமெல்லாம் அத்துபடின்னு நினச்சு சொல்லியிருப்பா! ஆனா நான் காய்ஞ்சு கெடக்கறதை அவகிட்ட சொல்லவா முடியும்! ஆனா அவ பேசப்பேச அவ மாமன் வெறும் பனியனோட எம் முன்னால வந்து நிக்கிற மாதிரியே இருந்துச்சுண்ணா!

-அவளுக்கு மொதவாட்டி வலிக்கலியாமா?

-வலி பயங்கரமா இருந்துச்சாமாண்ணா! காலையில யூரின் போறப்ப எரிச்சலா இருந்துச்சாம். கொஞ்ச நேரம் கழிச்சு சரியாயிடுச்சாம். நடக்கத்தான் முடியலையாம்.

-அட அந்தளவுக்கா? மொத ராத்திரில எத்தனை வாட்டியாம்?

-அதெல்லாம் நான் கேக்கலைண்ணா! நானே பொறாமை புடிச்சு கேட்டுட்டு இருந்தேன். இனி அதை வேற கேட்டு பெருமூச்சு உடறதுக்கா? நீங்க எத்தனைவாட்டிண்ணா என்னை பெண்டெடுப்பீங்க?

-பாக்கலாம் அப்போ!

-இந்த பாக்கலாம்னு நீங்க சொன்னா எனக்கு கடுப்பு ஆகுதுண்ணா! இனிமே சொல்லாதீங்க அப்படி. சும்மா எது கேட்டாலும் பாக்கலாம் பாக்கலாமுன்னு சொல்லிட்டு! தேய்ஞ்சா போயிடுது உங்களுக்கு? ஆனா கால்ல விழுந்தாவது நான் கெஞ்சுவேன்ணா! வாங்கண்ணா! வாங்கண்ணான்னு. அழுவேன். இண்ட்ரெஸ்டா

பேசிட்டு நான் இருக்கேன் கொட்டாவி போடறீங்கண்ணா! தூக்கம் வருதா?

-இல்ல பேசு நீ! ஆனா ரொம்ப சந்தோசமா இருக்கே போல நீ!

-ஆமாண்ணா! ரொம்ப சந்தோசம் தான். ஏன்னா போன்ல பேசி காசை வேஸ்ட் பண்ணாட்டி. கதவை நீக்கி விடுங்கண்ணா. உங்க மடியில படுத்துட்டு இன்னும் நிறையா பேசலாம். உடனே பாக்கலாம்னு சொல்லிடாதீங்க.

-வீட்டுலயே இருக்கறதால உனக்கு எந்த நேரமும் இதே யோசனையாவே இருக்குமாட்ட இருக்கு வசந்தி. உனக்கு நாளைக்கு ஒரு வேலை பிடிச்சுடறேன்.

-எனக்கு தகுந்த மாதிரி பாருங்கண்ணா!

-சரளையில மளிகை கடைக்காரர் சொல்லிட்டு இருந்தார் கடையை பார்த்துக்க ஆள் வேணுமுன்னு. பொட்டணம் மடிக்கத் தெரியுமில்ல உனக்கு.

-இப்ப எங்கன்னா பொட்டணம் கட்ட வேண்டி வருது? எல்லாம் பாக்கெட் வந்தாச்சே.

-ஆமாம்ல! சரி காலையில போனா நைட்டு பத்து மணிக்குத் தான் வீடு வர முடியும். லீவு வேணும்னா முன்னத்த நாளே சொல்லிடணும் அவருகிட்ட.

-ஞாயித்துக்கிழமையும் போகணுமாண்ணா?

-நான் வேணா வசந்திக்கு வாரத்துல ஒருநாள் லீவு குடுத்துடுங்கண்ணான்னு சொல்லிடறேன். ஆமா உனக்கு எதுக்கு லீவு வேணும்?

-உங்க கூட சினிமாவுக்கு லீவு போடாம நான் எப்படி வருவேன்?

-நீ அதுலயே இரு! மொதல்ல பொழப்பைப்பாரு வசந்தி.

-எனக்கு ஒரு போனு வாங்கிக் குடுங்கண்ணா தமிழ்ல இருக்குற மாதிரி. அப்பத்தான் உங்களை கூப்பிட சவுரியப்படும்.

-சரி வசந்தி. எனக்கு தூக்கம் வருது..., என்றவன் அவள் பதில் சொல்வதற்குள் கட் செய்து விட்டு போர்வையை போர்த்திக்கொண்டான்.

6. மரப்பல்லி

வாழ்க்கை கடல் நீர் போல உப்புக் கரிக்கிறது. அதில் வாழும் உயிரினங்கள் நமக்கு பரிச்சியம் அற்றவைகளாக உள்ளன. கடல் பரந்து விரிந்திருக்கிறது வாழ்க்கை போல. கடலில் மூழ்கிப் போவதை கற்றுக் கொள்ளாமல் ஒவ்வொருவரும் தவித்து தப்பித்துக்கொள்ள நீச்சலடிக்கிறோம். இதனால் வாழ்வில் அனுபவிக்க வேண்டியனவற்றை தவற விட்டுவிட்டு நீச்சலடித்துக் கொண்டே இருக்கிறோம்.

ஜெனி உங்களின் அதீத காதலில் நான் வீழ்ந்தேன். நான் நீச்சலடிப்பதை நிறுத்திவிடுகிறேன். நிதானமில்லாமல் நான் வந்திருந்தேன் என்றால் உங்களை தவற விட்டிருப்பேன். உங்கள் கண்களில் காதலின் கண்ணீர் சொட்டுக்கள் சிதறியதை நான் கண்டு கொண்டேன். வாழ்க்கைக்கு ஏதாவது பெயர் இருக்கிறதா ஜெனி? பெயரே இல்லாமல் போனதால் தான் அதை நாம் வாழ்க்கை என்கிறோம். அதனால் தான் நாம் மௌனம் என்கிறோம் வெறும் மௌனத்தை. மௌனத்தில் ஒன்றுமே இல்லை.

உங்களின் பரிதவிப்பில் நான் அன்பைக் கண்டேன். அது சரணாகதி அடைவதைவிட உயரமானது ஜெனி. சரணடைவது மனதை பொருத்தமட்டிலும் சரியானது. அன்பு இதயத்தில் இருந்து தோன்றுவது. அவனை காதலித்தே ஆகவேண்டும் என்று முடிவெடுத்து காதலிப்பதில் காதலே இல்லை. அது வெற்றி பெற்றாலும் பயன் ஒன்றுமே இராது. காதல் வசந்தம் வருவது போல தானே வரும். அப்படி வருகையில் பூக்களும் வாசனைகளோடு நம் முன் வரும்.

ஒரு அழகான ஆணைப் பார்க்கையில் அவன் வெறும் எலும்புக் கூடாக தெரிவதாக சொன்னீர்கள் ஜெனி. என்னாலும் அப்படியே ஆண்களை பார்க்க முடியும் என்றும் கற்றுத்தருவதாகவும்

கூறினீர்கள். நிஜமாகவே சதை தான் நம்மை மூடியுள்ளது. சதையில் இருந்து தான் அழகு தெரிகிறது. சதை இல்லாவிடில் அனைவருமே எலும்புக்கூடுகள் தான். எலும்புக்கூடுகளை யாரும் ஆசைப்படுவதில்லை. எலும்புக்கூடுகளை யாரும் ரசிப்பதில்லை. எலும்புக்கூடுகளுக்கு மார்பகங்களும் யோனியும் இருந்தால் அவைகளும் ரசனைக்குரிய பொருளாகிவிடும்.

உங்களுக்கான வாழ்க்கையை நீங்கள் சிறு வயதிலிருந்தே வாழ்ந்து வந்திருக்கிறீர்கள் ஜெனி. இதற்கெல்லாம் காரணமாய் உங்கள் தந்தை ஒருவர் தான் என்று சந்தோசமாய் சுட்டிக் காட்டினீர்கள். புகைப்படத்தில் இருந்த உங்கள் அப்பாவின் உருவம் அவ்வப்போது உங்களிடம் பேசும் என்றீர்கள். பயம் என்ற உணர்வை சிறுவயதிலிருந்தே மறக்கடிக்க அவர் பல்லிகளையும், பூரான்களையும் உங்கள் கையில் ஏற்றி ஊர்ந்து செல்ல விட்டதாக கூறினீர்கள். இப்படி ஏன் உங்களை அவர் வளர்த்தார் என்பதற்கான காரணங்களை நீங்கள் தேடவே இல்லையா ஜெனி?

உங்களின் முழு வாழ்க்கையையுமே நீங்கள் என்னிடம் அந்த இரவில் பகிர்ந்து கொண்டீர்கள். உங்களின் மார்பகங்களை பிசைந்து உங்களுக்கு உணர்ச்சியேற்ற தவித்தவர்களின் முட்டாள் தனங்களை நினைத்து அப்போதும் கூட சிரித்தீர்கள். சொந்த அண்ணனே படுக்கையறையில் அருகில் அமர்ந்து உங்களை உசுப்பேற்றும் விதமாக மார்பகங்களை கசக்கி விட்டு எந்த உணர்ச்சியையும் நீங்கள் காட்டாமல் அமர்ந்திருக்க "நீ மண்ணாடி?" என்று எழுந்து போனதை நினைத்து சிரித்தீர்கள்.

உங்களை காதலிப்பதாக வந்தவர்கள் எல்லோரும் காமத்தையே உங்களிடம் தேடிச் சலித்து ஓடிப்போனதாய் கூறினீர்கள். கல்லூரி வாழ்க்கையில் சக தோழன் ஒருவனுடன் ராகம் தியேட்டரில் படம் பார்க்கையில் அவனும் உங்கள் மார்பகங்களில் கையை வைத்து விளையாடி விட்டு, உனக்கு ஒன்னுமே தோணலையா ஜெனி? என்று கேட்ட போது, என்ன தோணனும் மிஸ்டர்? இந்த திரைப்படத்தில் வரும் பெண் போல உடல்கள் உரசிக்கொண்டதும் கண்கள் செருக ம்! ஹா! என்று நான் முனகினால் தான் உன் உறுப்பு கிளர்ச்சியடைந்து நேர் நிற்குமா? நான் முனகி நடிக்காவிடில் அது செத்துப்போன தவளையாக எப்போதும் போல் கிடந்திடுமா? என்று பேசுகையில் அவன் எழுந்து போய் விட்டதாய் கூறினீர்கள்.

என் ஊரில் ஒரு அறுபத்தைந்து வயது கிழவன் இருக்கிறான் ஜெனி. அவனுக்கு மூன்று கிழவிகள் மனைவியாக. ஒரு நாள் அவனை ஊரார் முச்சந்தியில் வைத்து அடித்துக் கொண்டிருந்தார்கள். அவன் ஐந்தாம் வகுப்பு படிக்கும் பக்கத்து வீட்டுப் பெண்ணை மடியில் அமர்த்திவைத்து தகாத வேலை செய்து கொண்டிருந்தானாம். சாலையில் போனவர் யாரோ பார்த்துப்போய் பக்கத்து வீட்டாரிடம் சொல்லி ஊரே அதிர்ந்துபோய் விட்டது. அந்தக்கிழவன் தன் வாழ்நாளில் எந்த நேரமும் பெண்களிடம் அப்படியே தான் பேசுவான். ஊரில் எந்தப் பெண்ணை பார்த்தாலும், நேத்து ராத்திரி நல்லா செஞ்சீங்களா? என்றே கேட்பான். அப்போது இந்தப் பெண்கள் சிரித்து வைத்து விட்டுப் போவார்கள்.

அவனுக்கு முழு வாழ்வுமே காமம் தான். காமத்திற்காகத்தான் அவன் வாழ்ந்து கொண்டிருந்தான். காமம் அவனை உயிருடன் இன்னமும் பல காலம் வைத்திருக்கும். இருந்து கழியும் வாழ்க்கையை அவன் அனுபவித்துக் கொண்டிருந்தான். எல்லோரும் அடித்தார்கள். அவன் தவறு செய்ததாகவே நினைத்துக் கொள்ளவே இல்லை. திருத்திக் கொள்ளவோ, திருந்தி விடவோ அங்கு ஒன்றுமில்லை என்று நினைத்துக் கொண்டிருந்தான். இன்னமும் ஊராரோடு தான் வாழ்கிறான். யாரும் அவனை ஸ்டேசனில் ஒப்படைக்கவில்லை. நான்கு தர்ம அடிகளில் திருந்தி விடுவான் என்று நம்பினார்கள். பெற்றோர்கள் தான் தங்கள் குழந்தைகளை காத்துக் கொள்ள எந்த நேரமும் கண்ணில் விளக்கெண்ணெய் விட்டு பார்த்துக் கொள்கிறார்கள்.

பேப்பரில் படித்தால் அது செய்தி. அதுவே பக்கத்தில் நடந்தால் அதிர்ச்சி. தனக்கே நடந்து விட்டால்? முருகேசன் என்னை கசக்கி கடிக்கையில் பயந்து விட்டேன் ஜெனி. பயத்தில் நான் உளறினேன். எனக்கு பைத்தியம் பிடிக்கப் போகிறது என்று நினைத்தேன். இத்தனை கோரமான உலகிலிருந்து நான் ஓடிவிட முயற்சித்தேன். ஆனாலும் என்னால் எதுவும் செய்ய முடியவில்லை. அவனை அத்தனை வெறியுடன் தாக்கினீர்கள் என்பதே தெரியாது எனக்கு.

உங்கள் தந்தை புகைப்படத்தில் என்னிடமும் பேசினார் ஜெனி. அவர் எனக்கு புத்திமதிகளை ஒன்றும் அள்ளித் தெளிக்கவில்லை. உன்கிட்ட தைரியம் இருக்கா மகளே? என்றார். அது என்னிடம் இல்லை என்பதை ஒரே பார்வையில் அவர் கண்டு கொண்டார். எனக்கு எல்லா இடத்திலும் பயம் சூழ்ந்திருக்கிறது ஜெனி. பேருந்தில் ஏறினால் செல்லும் இடத்திற்கு பத்திரமாய் சென்று

சேர்வோமா? என்று ஆரம்பிக்கிறது மெதுவாக. படிப்படியாக அது உயருகிறது.

வண்ணாத்திப்பூச்சி எங்கள் கிராமங்களில் இருக்கிறது ஜெனி. அது பார்வைக்கு அத்தனை அழகானதல்ல. எல்லா காலத்திலும் அது ஊர்ந்து உணவு தேடியே சலிக்கிறது. அதை யாரேனும் துன்புறுத்தினால் எதிராளியை நோக்கிப் பீய்ச்சியடிக்கிறது. சாதாரண நீர் போல இருக்கும் அது நம் உடலில் பட்டால் கொப்புளங்கள் வந்துவிடுகிறது. இப்படி வண்ணாத்திப்பூச்சி மட்டும் அல்ல ஜெனி. டிஸ்கவரி சேனலில் காட்டுகிறார்கள் எத்தனையோ விலங்குகள் தங்களை காத்துக் கொள்ள பயங்கர விஷத்தைக்கூட பீய்ச்சியடிக்கின்றன. என் போன்ற பெண்களுக்கும் அப்படியான தற்காப்பு விசயங்கள் தேவைதான் ஜெனி. சக மனிதனே துன்புறுத்துவான் என்றால் என்னிடம் இயற்கையாகவே அவனை வியாதியுறச் செய்வதற்கு உமிழ்நீர் சுரக்க வேண்டும்.

நீங்கள் கம்பெனியில் இருந்தீர்கள் சமயத்தில் ஆயிற்று. எந்த நேரமும் என்னை காத்துக் கொண்டே இருப்பது நடவாத காரியம் தான். சாலையில் ஒவ்வொரு ஆணின் பார்வையும் என்னை கூர்ந்து நோக்குகையில் என் உடலில் தீ எரிகிறது ஜெனி. தீ எரியும் உடலை எவனோ ஒருவனுக்குத்தான் விருந்தாக வைக்க வேண்டும் என்று நினைக்கையில் அது இன்னமும் கொடூரமானதாக இருக்கிறது. ஜெனி இந்த உணர்வுகளில் இருந்து சீக்கிரம் நான் விடைபெற வேண்டும். சக மனிதனை எலும்புக்கூடாக கண்கள் என்ற இடத்தில் ஒரு துவாரத்தை மட்டுமே நான் பார்ப்பதாக அமைத்துக் கொள்ள வேண்டும். அப்படியான சக்தியை உங்கள் தந்தையின் புகைப்படமே எனக்கு கற்றுத்தரும் என்று நம்புகிறேன்.

ஒவ்வொரு மனிதர்களின் வாழ்விலும் காலமாற்றங்கள் வந்து கொண்டுதான் இருக்கின்றன. குறிப்பிட்ட மாற்றங்களை நாம் சந்திக்கும் போது நாமும் மாறிவிட வேண்டியது இயற்கையாகி விடுகிறது. காமம் வேண்டுமென யாரும் பதினான்கு வயது வரை கேட்பதில்லை. அதற்கும் மேல் உடலே அதற்கு தகுதியானதாகி விடுகிறது. யார் தீண்டினாலும் கொதிப்படைய ஆரம்பித்து விடுகிறது. நாம் என்ன செய்கிறோம் என்று நமக்கே தெரிவதில்லை. அதுபற்றி உணரும்போது காலம் கடந்து விடுகிறது. நடந்தனவற்றை பின் எப்போதும் மாற்ற முடிவதில்லை.

காம உணர்வு குழந்தைத்தனமானது. தவிர தற்காலிகமானதும் கூட. ஆணிற்கு விந்து வெளியேறி விட்டால் காமம் ஓய்வுக்கு வந்து விடுகிறது. வயது ஆக ஆக காம உணர்வும் தன் பிடியை தளர்த்திக் கொள்கிறது. இது துக்கமான விசயமாகி விடுகிறது. வயது கூடுகையில் யாரும் நீங்கள் அழகாக இருக்கிறீகள்! என்று வார்த்தையை பரிமாறிக் கொள்வதில்லை! வாழ்க்கை ஒரு ஏக்கமாக மாறிவிடுவதால் உபயோகப்படுத்தப்பட்டு வீசியெறியப்பட்ட செல்போனின் நிலைக்கு வந்து விடுகின்றனர். இனி கிறுக்குத்தனங்களை ஆரம்பிக்கின்றனர். ஆண்கள் விக் வைத்தும், டை அடித்தும் மீதி நாட்களை வாழ முயற்சிக்கின்றனர். பெண்கள் தொந்தியை கரைக்க மின்சார பெல்டுகளையும், முகச்சுருக்கங்களை மறைக்கவும், ப்ளாஸ்டிக் சர்ஜரி செய்து கொள்ளவும் தலைப்படுகிறார்கள். சிலர் பட்டினி கிடந்துவிட்டு "டயட்" என்கிறார்கள்.

யாரேனும் பார்த்து ரசிக்க வேண்டும் என்பதற்காகவே இந்த மார்பகங்கள் வளருகின்றனவா? யாரேனும் பார்த்து ரசிக்கவே உடை வகைகளை அணிவதாக நினைத்துக் கொண்டவர்கள் தானா நெருங்கி வந்து கட்டியணைக்கிறார்கள்? இது வெறும் உடலியல் அடிமைத்தனமாக இருக்கிறது ஜெனி. இதைத் தாண்டினால் வருவது ஒருவேளை அது நிஜமாகவே காதலாய் இருக்கலாம். அதைத்தான் நான் உங்களிடம் உணர்ந்தேன் ஜெனி.

சண்டை, சமாதானம், பொறமை, எரிச்சல், அழுகை, பரிசு, இருட்டு, தடவல் என்று காதலில் எல்லா துன்பங்களும் இருக்கிறது ஜெனி. போயும் போயும் எல்லாம் ஒரு ஆடவனோடு என்றிருக்கையில் எனக்கு அதில் ஒன்றும் இருக்கப் போவதில்லை என காட்டி விட்டீர்கள்.

இரண்டு வருடங்களுக்கு முன்பு அன்று உள்ளூரில் திருவிழா என்று நினைக்கிறேன் ஜெனி. கற்பு கற்பு என்று சொல்கிறார்களே அதை நான் அன்று பனி பெய்யும் இரவில் நட்ட நடுக் காட்டில் உறவுக்காரன் ஒருவனிடம் இழந்தேன். ஐந்து நிமிடத்தில் என்ன நடந்தது என்றே உணர்வதற்குள் அவன் மூச்சு வாங்கிக்கொண்டு எழுந்து தன் பேண்ட் ஜிப்பை மேலேற்றிக் கொண்டான். என்னைச்சுற்றிலும் ரத்தவாடை வேறு வீசிக்கொண்டிருந்தது. தூரத்தில் கோவில் திருவிழாவுக்காக ஆர்கெஸ்ட்ரா நடந்து கொண்டிருந்தது. என்னைப்போல திருட்டு உறவுக்கு சென்றவர்களெல்லாம் இருட்டில் முகம் மறைத்து குனிந்து வெட்கப்பட்டபடி இட்டேறியில் போய்க் கொண்டிருந்தார்கள்.

என் யோனியை பாவாடை கொண்டு மூடிவிட என் கைகள் போகவில்லை. நானும் என் யோனியும் பனியில் குளித்தோம். உறவுக்காரன், போலாம் எந்திரிடி! என்றான். சற்று முன்தான் ஏகப்பட்ட கெஞ்சலோடு செல்லம் செல்லம் என்றவன் அவன். ஏனோ என்னை டி போட்டு போலாம்டி என்றான். நல்லா இருந்துச்சாடி? அதான் கிளம்ப மனசில்லையா? என்று வேறு கேட்டான் அவன். தவிர பூச்சி பொட்டு வந்து விடும் கிளம்பு என்றான்.

அவன் ஏதோ காரியத்தை செய்து முடித்துவிட்ட திருப்தியில் வீடு போகும் அவசரத்தில் இருந்தான். எனக்கோ இங்கு என்ன காரியம் நிகழ்ந்தது என்றே தெரியவில்லை. என்னை பயன்படுத்திய அவன் உறுப்பு என்ன தடிமனில் இருந்தது? அதை ஏன் சீக்கிரம் எடுத்துக் கொண்டான்? என் யோனிக்கு என்னவாயிற்று. புணருகையில் சந்தோசத்தை அவன் முகம் காட்டியதா? இந்த பனி இரவில் எதுவும் எனக்கு தெரியவில்லை.

அவனுக்கான காரியம் முடிந்து விட்டதும் என்மீதான பற்றுதல் போய்விட்டது அவனுக்கு. அதற்கு காரணம் நானுமல்ல அவனுமல்ல! அவனது குறி. அது என்னையும் அவனையுமே ஏமாற்றி இருக்கிறது. ஜெனி உலகில் நடக்கும் கொடூரங்களுக்கெல்லாம் காரணமாய் ஐந்து நிமிடம் விரைப்பேறிய குறிகளே தான் காரணமா? ஒருவார காலம் அவன் இதற்குத்தானா ஆசைப்பட்டான்? வெறும் ஐந்து நிமிடங்களுக்காக? இதில் அவனும் எந்தவிதமான திருப்தியையும் கண்டது மாதிரி அவன் பேச்சும் இல்லை. அந்த இரவில் எதுவுமே அங்கு நிகழவில்லை. என்ன நடக்கிறது என்பதை உணருவதற்குள் இங்கு ஒன்றுமே நடக்கவில்லை என்பதுபோல அவன் எழுந்து கொண்டான். எழுந்ததும் வீடு போகலாம் என்று அவன் சொல்லும் போது செத்தும் விட்டான் என்னைப் பொறுத்தவரை.

காதலோ இல்லை வேறுவிதமான பற்றுதல்களோ கடைசியாய் சென்று முடியும் இடம் யோனியாய் இருக்கையில் அந்த சுகம் சாவுக்கு இணையாக இருக்க வேண்டும் ஜெனி. என்னை யாரும் சாகடிக்க முயற்சி எடுக்கவே போவதில்லை. என்னை சாகடிக்க பனி இரவில் கூட்டி வந்தவன் வந்த ஐந்து நிமிடத்தில் செத்து அவன் திருப்தியாகிவிட்டான். என்னை அவன் சாகடிக்க முயற்சிக்கவே இல்லை. அவன் சாவு மட்டுமே அவனுக்கு குறியாய் என் மேல் படர்ந்து இயங்கி எழுந்து விட்டான். நான் என் செருப்பை அந்த இரவில் கை வைத்துத் தேடி தலைமாட்டுக்கு மேலிருந்து கையில்

எடுத்தேன். எடுத்ததும் என் தலையில் பொத்துப் பொத்தென அடித்துக் கொண்டேன் ஜெனி. எனக்கு என்மீதே அவ்வளவு சங்கடமாய் இருந்தது.

நீ வந்தா வா இல்லாட்டி இங்கியே கிடடி லூசு! என்றவன் மானம் என்ற ஒன்று தனக்கு இருப்பதாகவும் அது கப்பலேறிப் போய்விடும் என்றும் பினாத்திக் கொண்டு தன் செருப்பைத் தொட்டுக் கொண்டு சென்றான். அவ்வளவுதான் அவன் காதல். நல்லவேளை இவனைக் கட்டிக் கொள்ளத்தான் வீட்டில் அம்மா எந்த நேரமும் படித்துப் படித்து சொல்லிக் கொண்டிருந்தாள். இவனுக்கு சம்மதம் சொல்லியிருந்தால் காலம் முழுவதும் ஒவ்வொரு இரவிலும் இவன் சாவை மட்டும் மனதில் கொண்டு நீட்டிய குறியுடன் வருவான். என்னைப்பற்றி எந்தக் கவலையும் இவனுக்கு இருக்கப்போவதில்லை.

வாழ்க்கை என்னிடம் என்ன தந்ததோ அதை நான் அனுபவிக்கவே இல்லை. அதில் ஏதோ சிறந்தது இருக்கும் போல என்று தான் அந்த இரவிலும் உள்ளக் கிளர்ச்சியுடன் பயப் போர்வையை தூக்கி வீசி விட்டு வந்தேன். ஆனால் கொட்டிப்போன பாலுக்காக அழுவது வீண் தான் ஜெனி. அது நமக்கு திரும்பக் கிடைக்கப் போவதில்லை. வாழ்வுக்கான அடிப்படை விசயமே நம்பிக்கை தான் ஜெனி. அது அங்கு இல்லை.

நான் இரவில் கைகோர்த்து அவனுடன் பயணப்பட்டது நம்பிக்கையின் மையவேருடன் தான். அந்த நம்பிக்கையை அவன் ஏமாற்றி விட்டான். இவனல்ல. யாருமே அப்படித்தான் செய்வார்கள் போலிருக்கிறது. நல்ல மாட்டுக்கு ஒரு சூடு போதும் ஜெனி! அவன் தோற்றுப்போனது அவனுக்கே தெரிந்துவிட்டது. தன்னை வீரன் என்று நினைத்து இருளுக்கு இழுத்து வந்தவனால் அவன் தோல்வியை ஏற்றுக் கொள்ள முடியவில்லை. அதனால் தான் அவன் ஓடிவிட்டான் ஜெனி. நான் தனித்து அங்கே எவ்வளவு நேரம் கிடந்தேனென்றே தெரியவில்லை. அன்றே நான் என்னை பனியால் கழுவிக்கொண்டேன்.

அதன் பின் என்னிடம் காதலைச் சொல்ல வந்தவர்களை என்னால் எதையேனும் நினைத்துக் கொண்டுகூட பார்க்க முடியவில்லை. அவர்கள் நிம்மதிக்காக மட்டுமே காதலிப்பதாக என்னிடம் வருவதாகத்தான் தோன்றியது. எனக்கு நிம்மதியையும் சந்தோசத்தையும் தர யாரும் தயாராக இல்லை. என் சம்பளப்

பணம் குறைந்தால் அம்மா கூட என்னை காதலிப்பதில்லை. உன்னை நம்பி பிரிட்ஜ், வாசிங் மெஷின், டிவி என்று வீட்டில் வாங்கிப் போட்டிருக்கிறேன். இதற்கெல்லாம் உன் அப்பனா காசு நொட்டுவான்? என்கிறது. இதற்கெல்லாம் அழுது கொண்டிருக்கக் கூட எனக்கு நேரமே இல்லை போல இருக்கிறது ஜெனி.

இந்தப்பறவை இனங்களெல்லாம் தன் நீண்ட மூக்குகளால் என்னை கொத்திக் கொண்டே இருக்கின்றன. வலி உணராத மிருகமாய் நான் மாறியிருக்கிறேன். ஜெனி தொடர்ந்து என்னை காதலிப்பீர்களா? என் கண்ணீரை துடைத்துவிட உங்கள் கைகள் எப்போதும் அருகில் இருக்குமெனில் நான் மிச்ச வாழ்வை நிம்மதியாய் கழிப்பேன். இந்த உறவுகள் இதுநாள் வரை எனக்கு எதுவும் செய்ததாக தெரியவில்லை. இனியும் அது செய்யப் போவதும் இல்லை. எவனோ ஒருவனுடன் அனுப்பி வைத்துவிட்டு பிள்ளை குட்டி பெற்று வாழ்வதில் வாழ்க்கை இருப்பதாய் இந்த உறவுகள் நம்பிக் கொண்டிருக்கின்றன. என்னுள் எங்கோ மறைந்து கிடந்த திரியைக்கிள்ளி உயர்த்தி பற்ற வைத்திருக்கிறீர்கள் ஜெனி.

உங்களின் முத்தம் எனக்கு இனித்தது.

உங்களின் வருடல் எனக்கு சுகமளித்தது.

உங்களின் அணைப்பு தாயின் அரவணைப்பை விட மிருதுவாக இருந்தது.

உங்களுக்கு என்னை தின்னக்கொடுத்ததில் சாவை நெருங்கி முத்தமிட்டு வந்தேன்.

உங்களை கட்டி அணைத்ததில் எனக்கு பயமோ தயக்கமோ இருக்கவில்லை.

என்னை உங்களுடன் புதைத்துக் கொள்ள முயற்சிக்கையில் நானும் அதற்குத்தான் போராடிக் கொண்டிருந்தேன்.

இருவரும் இணைந்து காமத்தைக் கொன்றோம் ஜெனி. காமத்தைக் கொல்ல இருவருமே சண்டையிட்டோம். இறுதியில் இருவருமே வென்றோம்.

ஊரில் நாற்பத்தைந்து வயதுக்காரன் ஒருவன் இருந்தான். அவன் மனைவி இறந்து வருடம் ஒன்று ஓடிவிட்டது. வெளியூரிலிருந்து தனக்கே தனக்கென ஒரு முப்பது வயது மதிக்கத்தக்க பெண்ணைக்

கூட்டி வந்தான் அவன். அவனது நெருங்கிய நண்பன் உள்ளூரில் சைக்கிள்கடை வைத்து பிழைப்பு ஓட்டிக்கொண்டிருந்தான். அந்தப்பயலுக்கும் மனைவி இறந்து வருடம் ஒன்றாகிவிட்டது. திருமணத்திற்கு ஒரு பெண் தயாராக இருந்தாள் அவன் வீட்டில். கூட்டி வந்த பெண்ணை அவன் வீட்டில் தங்க வைத்து விட்டு ஊருக்குள் அவன் வீடு வீடாகப் போய் காலையில் எனக்கு திருமணம் நம் விநாயகர் கோவிலில் என்று சொல்லிக் கொண்டிருந்தான்.

ஊராரும் அவன் திருமணத்திற்கு வாழ்த்துச் சொல்லி காலையில் கோவில் முன் கூடினார்கள். திருமணம் சைக்கிள் கடைக்காரனுக்கும் அந்தப் பெண்ணுக்கும் நடந்தது. காத்திருந்தவன் பெண்டாட்டியை சைக்கிள் கடைக்காரன் தட்டிக்கொண்டான். கூட்டி வந்தவன் ஏக கலாட்டா செய்தான். அந்தப்பெண் அத்தனை கூட்டத்தில் அவனைக் கேட்டது இதுதான்.

"நீ போடற சோத்துக்கும், உடுத்திக்க குடுக்குற துணிக்கும் நம்பியாடா நானு உங்கூருக்கு உன்னோட வந்தேன்?"

அந்த வார்த்தைகளில் எல்லாம் முடிந்து போனது ஜெனி. அந்த வார்த்தைகளுக்குள் பல விசயங்கள் ஒளிந்திருந்து கண்ணாமூச்சி விளையாடுவதாய் எனக்கு தோன்றியது. இப்போது அந்தப் பெண்ணும் சைக்கிள் கடைக்காரனும் சந்தோசமாய்த்தான் வாழ்கிறார்கள். முதல் மனைவிக்குப் பிறந்த பெண் அம்மா என்று தான் புதியவளை அழைக்கிறது.

பார்க்கப்போகையில் ஒரே ஒரு கிராமத்தில் எத்தனை விசயங்கள் புதைந்திருக்கிறது! கட்டிக் கொடுத்த ஊரில் பிழைக்க முடியாமல் பத்தே நாளில் தாய் வீட்டுக்கு ஓடி வந்த பெண் என் தோழிதான் ஜெனி. பத்தே நாளில் ஓடிவர அவளுக்கு ஒரே ஒரு காரணம் போதுமானதாய் இருந்தது. அவள் கணவன் இரண்டு லட்சம் கடன்பட்டிருந்தானாம் ஒரு புள்ளியிடம். கடனை திருப்பித் தரவே வேண்டாம் நீ, ஆனால் உன் புது மனைவியை என்னிடம் ஒரு நாள் மட்டும் அனுப்பு என்று அந்தப்புள்ளி கேட்டுக் கொண்டதற்காக இவளிடம் கணவன் பேசியது, ஒரே ஒரு முறை போய் வந்தாயானால் நம் துன்பம் நீங்கிவிடும் கண்ணே!

இந்தப்பெண் ஓடி வந்து வீட்டில் சொல்லி அழ ஆரம்பித்து விட்டது. இங்கிருந்து ஊரே லாரியில் போய் அவள் கணவனை துவைத்து போட்டுவிட்டு வந்துவிட்டது. ஜெனி ஏன் இந்த

மாதிரியான கொடூரங்கள் நம்மைச் சுற்றிலும் நிகழ்ந்த வண்ணமே இருக்கிறது? யாரை நாம் குறை சொல்வோம் இதற்காக?

ஒரீசாவிலிருந்து பிழைக்க வந்த பெண்களும் ஆண்களும் இங்கு எவ்வளவு சந்தோசமாக இருக்கிறார்கள்! அந்தப் பெண்கள் கம்பெனியில் பேசும் தமிழ் நாம் பேசுவதை விட அழகாய் இருக்கிறது. அவர்கள் ஊரில் வாசலில் சாணி தெளித்து கோலம் போடும் பழக்கமே இல்லையாம். புதிதாக அவர்கள் அதை கற்றுக் கொண்டு தங்கள் வாசலிலும் கோலம் போடும் அழகு தனிதான் ஜெனி. அவர்கள் தமிழர்களாக மாறிக் கொண்டிருக்கிறார்கள். உள்ளூரில் அவர்களும் வாழத்துவங்கி விட்டார்கள். அவர்கள் சகமனிதர்களாகத் தான் நம்மைப் பார்க்கிறார்கள். உண்மையான நேசத்துடன் தான் அக்கம்பக்கம் பழகுகிறார்கள். என் அம்மா கேட்டது ஒருநாள். இவளுக ஏன் இப்புடி செவப்பா இருக்காளுக!

ஜெனி நீங்கள் உங்கள் அன்பை எந்தவித எதிர்பார்ப்பும் இல்லாமல் எனக்குக் கொடுத்தீர்கள். அதற்கு நான் நன்றியுடையவளாக இருக்க வேண்டும் என்று கூட நீங்கள் எதிர்பார்க்கவில்லை. பயத்தினால் எங்கும் காதல் தோன்றுவதே இல்லை ஜெனி. ஆணின் மீதான என் முந்தைய காதல் பயத்தினால் தான் தோன்றியது.

எங்கே அவன் இழுத்த இழுப்புக்கு நான் போகவில்லை என்றால் கோபித்துக் கொண்டு போய்விடுவானோ என்ற பயம் இருந்தது. தவிர அம்மா அப்பாவின் எண்ணத்தில் மண் அள்ளிப்போட்டு விடுவேனோ என்ற பயமும் இருந்தது. நாம் அன்பைப் பரிமாறிக் கொண்டபோது எல்லாமே வித்தியாசமாக இருந்தது உண்மைதான் ஜெனி. வாழ்வின் அழகான தருணம் அதுதான். உங்களது மார்பகத்தில் நான் முத்தமிடுகையில் கூச்சமோ, பயமோ இல்லை ஜெனி. எனக்கான பொருளை குழந்தையின் ஆசையோடு நம்பிப் பிடித்து குருத்தில் முத்தமிட்டுக் கடித்தேன். ஜெனி அவைகள் என்னுடையவைகள் தானே என்றுமே?

ஆணின் காதலில் நான் விழுந்திருந்தால் அவன் இந்த நேரம் என்னை சங்கிலியில் பிணைத்திருப்பான். சிறைக்குள் தள்ளியிருப்பான். என்னோட ஆள் என்று பகிரங்கமாக அறிவிப்பான். மார்பை நிமிர்த்தி மீசையை தடவிக் கொள்வான். முதலில் என் எல்லா சங்கிலிகளையும் உடைத்து வீசினீர்கள் ஜெனி. இவ்வளவு சுதந்திரமாக இருப்பது கூட அழகு தான். சுதந்திரம் அன்பைவிட பெரியது ஜெனி. குழந்தை என்றால் குறும்பு செய்யத்தான் செய்யும்.

கண்ணாடி டம்ளரை உடைக்கத்தான் செய்யும். நீங்கள் என்னை உடைத்து விளையாடினீர்கள். நானும் அதே விளையாட்டில் குழந்தைமையோடு பங்கெடுத்தேன்.

யாரிடமேனும் அன்பு இல்லாமல் இருந்தால் அவர் அன்பளிப்பாக எதையும் பிறருக்கு கொடுக்க மாட்டார் தானே! எல்லாம் கொஞ்சம் நேரம் தான் ஜெனி. நீங்கள் என் உதட்டில் இட்ட முதல் முத்தம் ஒன்றே சொன்னது உங்களிடம் தேவைக்கு அதிகமான அன்பு இருப்பதையும் அதில் பாதியை எனக்கு தர விரும்புவதையும்! ஜெனி நீங்கள் என்னை நரகத்திற்கு கூட்டிச் சென்றாலும் உங்களுடன் நான் வருவேன். உங்களின் அழைப்புக்காக எந்த நேரமும் காத்திருப்பேன்.

தள்ளி நின்று பார்க்கையில் இங்கு எதுவோ நடந்து கொண்டிருக்கிறது ஜெனி. காலையில் நிம்மதியாக குப்புற படுத்து போர்வையால் இறுக்கி மூடி தூங்கும் குழந்தையை விடிந்து விட்டது என்று எழுப்புகிறார்கள். அதேபோல் இரவில் விளையாடி மகிழ்ந்து கொண்டிருக்கும் குழந்தையை நேரமாச்சு படுக்கப்போ, என்று மிரட்டி படுக்க வைக்கிறார்கள்! ஏன் இப்படியே நடந்து கொண்டிருக்கிறது கால காலமாக?

சமூகம் சமூகம் என்கிறார்கள். சமூகமே தயார்படுத்துகிறது அடங்கி வாழ. சமூக பழக்க வழக்கங்களிலும், மதிப்பிலும் அக்கறையாக இருக்க வேண்டுமென சொல்கிறது. அதுவே பின் ஆட்டிப்படைக்கிறது. மதிப்புக் கொடுத்து வாழ்ந்தால் அடிமைப்படுத்துகிறது. பலதுன்பங்களையும் அதுவே கொடுக்கிறது. அதற்கும் மதிப்பு கொடுத்து வாழ்ந்தால் முழுமையாக மதிக்கிறது. சுதந்திரமாக இருக்க விரும்பினால் அது கோபமடைந்து தூற்றுகிறது.

காதலில் ஓடிப் போனவளை ஓடுகாலிக் கழுதை என்கிறது. காதலில் ஓடுபவர்கள் சமூகத்தை மதிப்பதில்லை. சாதிகளை மதிப்பதில்லை. கட்டுப்பாடுகளை உடைத்து விட்டு ஓடி வேறு சங்கிலிகள் பூட்டிக் கொள்கிறார்கள். அது ரெண்டும் கெட்டான் நிலை தான். அடுத்தவர்களின் அபிப்ராயங்களை சேர்த்து வைக்காமல் தூக்கி வீசிவிட்டால் பயம் காணாமல் போய்விடும்.

உங்கள் அறையில் நான் நிம்மதியாகத் தூங்கினேன் ஜெனி ஒரு பூனையைப்போல. எங்கள் வீட்டில் வளரும் பூனை மிக நிம்மதியாக டிவியின் மேல் மாலை நேரத்தில் கால் நீட்டி சுகமாய் தூங்கும். அதற்கு எந்த பயமும், கவலையும் இல்லை. அதை நான் பலமுறை பொறாமைக் கண்களோடு பார்த்திருக்கிறேன் ஜெனி.

அதற்காக நான் ஆசைப்பட்டேன். தவிர இரவு உணவை நாம் இருவருமே ஆடை எதுவுமின்றி நிர்வாணமாக அமர்ந்து உண்டோம். இப்போது யோசிக்கையில் எவ்வளவு இயல்பாய் இருந்தோம் என்று புரிகிறது ஜெனி. இப்போது உங்களை இழந்து இந்த நேரம் என் வீட்டுச் சிறையில் வழக்கமாக கிடக்கிறேன்.

ஜெனி ஏதாவது செய்யுங்கள்! எந்த நேரமும் உங்கள் அருகில் இருக்க ஆசைப்படுகிறேன். ஆகவே ஏதாவது செய்யுங்கள். இத்தனை காலமும் உங்களின் அறிவுக்கூர்மையால் தான் உங்கள் பிரச்சினைகளை நீங்களே தீர்த்துக் கொண்டு வந்தீர்கள். அது ஒன்றால் இன்னமும் பல பிரச்சினைகளை ஊதித் தள்ளிவிட்டு சிரிப்பீர்கள் ஜெனி. அது உங்கள் தந்தையால் கிட்டிய வெகுமதி.

இந்த வாழ்க்கையை கூடிய சீக்கிரம் நமக்காகவே சமர்ப்பித்துக் கொள்வோம் ஜெனி!

6. மரப்பல்லி.

மணிபாரதி ரம்யாவை ஸ்கூல் வேனில் அனுப்பி வைத்து விட்டு திரும்ப வீட்டுக்கு வந்தான். ஏனோ இன்று அவனுக்கு உடல் வெது வெதுப்பாய் இருப்பது மாதிரி இருந்தது. மணிபாரதி காய்ச்சல், சளி என்று சின்னதாய் துன்பப்பட்டு இரண்டு வருடங்களுக்கும் மேலாகிவிட்டது. அதற்கும் முன்பெல்லாம் அடுத்தவர் வீட்டில் தண்ணீர் வாங்கி குடித்தாலும் இவனுக்கு ஒத்துக் கொள்ளாது. அடுத்த நாளே சளிப்பிடித்துக் கொள்ளும். இவனுக்கே இரண்டு வருடங்கள் சளி காய்ச்சல் இல்லாமல் தாண்டிவிட்டது ஆச்சரியமாக இருந்தது. எங்கே போய் தண்ணிர் புதிதாய் குடித்தோம் என யோசித்தான். தொண்டைக்குழியில் சிரமமாய் இருந்தது. வெய்யில் ஏற ஏற காய்ச்சல் வந்துவிடும் போல கண்கள் எரிந்தது.

தாசம்பாளையத்தில் தான் இவனுக்கு வீடு பூச்சுவேலை நடந்து கொண்டிருந்தது. அது ஒரு தறிக்குடோன். மொத்தமாக வாஸ்து கலர் என்று ப்ளோரோசெண்ட் ஆரஞ்ச் வர்ணம் பூசச் சொல்லி விட்டார் குடோன் ஓனர். குடோனை ஒட்டியே அவரது வீடும். அதற்கும் வாஸ்து கலர் என்று ப்ளோரோசெண்ட் பச்சை வர்ணம் பூசச் சொல்லியிருந்தார். மற்ற வீட்டார்களைப்போல எப்ப முடிப்பீங்க? எப்ப முடிப்பீங்க? என்று கால்களுக்குள்ளேயே இவர் சுற்றி வருவதில்லை.

தவிர பன்னிரெண்டு மணியைப்போலவே துளி டாஸ்மார்க்கில் நனைத்துக் கொண்டு வந்து விடுவார். கையோடு வாங்கி வந்து விடுவதால் மீண்டும் அவர் கடைக்குச் செல்வதில்லை. மீண்டும் அடுத்த நாள் தான். அவரும் கூட அரை போதையில், எங்கே மணி நாஞ்சித்தே பூசிப்பாக்குறேன் என்று வேறொரு பிரஸ்ஸை எடுத்து கலர் கலக்கிய பக்கெட்டில் விட்டு சொய்ய்ங் சொய்ய்ங்... சொய்ங்

சொய்ய்ங் என்று ரெண்டு இழுப்பு சவுண்டு கொடுத்து பூசிப்பார்த்து விட்டு, இது நமக்கு ஆவாது மணி! என்று சொல்லிப்போய் விடுவார்.

தவிர கொங்கம்பாளையத்தில் இருந்து வந்து கொண்டிருக்கும் இவன் கையாள் சுப்பிரமணி ஒரு வெத்தலை பாக்கு பார்ட்டி. எந்த நேரமும் அவன் கன்னத்தில் ஒரு புடைப்பு இருக்கும். நல்ல வேலைக்காரன். வெத்தலை பாக்கு பழக்கம் சின்ன வயதிலிருந்தே இருக்கிறதாம். அது அவன் அம்மாவிடம் இருந்து பழகி விட்டதாக கூறுவான். தவிர அவனுக்கு இரண்டு பிள்ளைகள். இரண்டும் அரசாங்கப் பள்ளியில் படிக்கின்றன. குட்டிச்செவுத்துக்கு கூட வர்ணம் அடி என்று இவன் சொல்லிவிட்டால் போதும். காரியத்திலேயே கண்ணாய் இருப்பான். வெத்தலையை அதக்கிக் கொண்டு அவன்பாட்டுக்கு பூசிக் கொண்டிருப்பான்.

அவன் மனைவி உடுமலைப்பேட்டைக்காரி. அவளும் கொங்கம் பாளையத்தில் தறிக்குடொன் ஒன்றில் நூல்போட சென்று வந்து கொண்டிருந்தாள். சுப்பிரமணி தன் மனைவியைப் பற்றி பேசுகையில் எல்லாம், “அது ஒரு ஆகாவழிக் கழுதைங்க மணி! பேக்குக் கருமம். யாரு சிரிச்சு பேசினாலும் போய் ஒரசீட்டு நாயம் பேசும். தேஞ்சா போவுதுன்னு படுத்துக்கும். எத்தனவாட்டி சொன்னாலும் அதுக்கு மண்டையில ஏறாது! நீங்க எம்பட வீட்டுக்கு வந்து ரெண்டு நாளைக்கி பேசிப்பழகுங்க! உங்களையும் இழுத்துட்டு போய் வூட்டுக்குள்ள வச்சு காரியத்தை பண்டிப்போடுவா! இவகூட இதே சீரழிவுங்க எனக்கு. ஊருக்குள்ள தல நிமுந்து போக முடியாம பண்ணிட்டாளுங்க மணி.” என்றே சொல்வான்.

“அட சுப்பு அவளை அவுங்க ஊருக்கே முடுக்கி உட்டுற வேண்டியது தானே! அங்கியே போயி எவங்கூடயோ கெடன்னு”

“அது பாவமுங்கோ! மாமியாகாரி மானங்கெட என்னை பேசுவா. உடுமலைப்பேட்டைல இருந்து கத்தி எனக்கு சாபம் உட்டாள்னு வச்சுக்கங்க எங்க கொங்கம்பாளையம் வரைக்கிம் கேக்கும். நான் நெனைக்கிறேன் என் மாமியாகாரி தொண்டையில மைக்கி கட்டியிருப்பாள்னு. அவ இவளுக்கு மேல அவிங்க ஊர்ல இருப்பாளுங்க மணி. மொதவாட்டியா இவளை ஒரு மாதாரிப் பையனோட கெடக்குறப்ப காட்டுக்குள்ள பார்த்துட்டனுங்க. முடியப்புடிச்சு இழுத்தாந்து ஊட்டுல போட்டு நாலு மொத்து போட்டனுங்க.

அவ்வளவுதான் கோடு. கொண்டைய முடிஞ்சிட்டு மொதப் புள்ளைய இடுப்புல தூக்கி வச்சுட்டு பஸ் ஏறிப்போயிட்டா! நானும் உட்டுத் தொலைஞ்சிட்டேன். ஒரு மாசம் போயும் ஒரு தகவலும் இல்ல. ஊரு பிரசிடெண்டு என்னைய கூட்டிட்டு உடுமலை போனாருங்க. மாமியா ஊட்டு வாசல்ல நின்னுட்டு அவரு, யாரது ஊட்டுலன்னு குரலு குடுத்தங்காட்டி, எவண்டா அவன்னு மாமியாகாரி வெளிய வந்தா. வெள்ளையுஞ் சொள்ளையுமா பிரசிடெண்டு நிக்கங்காட்டி, சவுண்டை கொறச்சிட்டு பேசினா!

ஊட்டுக்குள்ள மட்டும் எங்களை அவ கூப்பிடவே இல்ல. என் பொண்டாட்டிகாரி ஊட்டுக்குள்ள இருந்து வெளிய வரவே இல்ல. கொழந்தைய பாத்து மாசம் ஆயிப்போச்சுங்களே. அதுமோட சத்தத்தையுங் காணோம். இவரு ஒன்னு பேச மாமியா ஒன்னு சொல்ல ஒன்னும் சரிப்பட்டு வரலைங்க. தாட்டி உடும்மா! நல்லாவா இருக்குது இதுன்னு இவரு கடேசியா சொன்னாரு. பொண்டாட்டிய அடிக்கறவன் எல்லாம் ஒரு ஆம்பளையா? நீயே சொல்லுய்யா! அவ அப்படி என்ன தப்பு பண்ணிப்போட்டா? இப்ப நீங்களே இருக்கீங்கன்னு வச்சுக்குங்க ஒரு பேச்சுக்கு. எம் புள்ள மேல நோட்டம் வந்தா என்ன பண்ணுவீங்க?

ஏதோ புருசனுக்கு தெரியாம மறைவா போயிக்க வேண்டிது தான். இவன் என்னமோ மோப்பம் புடிச்சுட்டு வந்து காணாததை கண்டுட்ட மாதிரி புடிச்சு ஊட்டுல வச்சு மொத்துனா அது நடக்கவே இல்லீன்னு ஆயிடுமா? நானெல்லாம் எம் புள்ளைய வின்னம் படாம வளத்தி கட்டிக் குடுத்திருக்கேன் அவ்ளோ தொலைவுக்கு! ஒரு அத்து அவசரமுன்னா எத்தன பஸ் ஏறி வரோணும் இங்கிருந்து தெரியுமா. யாரை நம்பி கட்டிக் குடுத்தேன். பொண்ணு வேணுமுன்னு நீங்க தான இவ்ளோ தூரம் வந்து கட்டீட்டு போனீங்க? இவன் சாமார்த்தியசாலின்னா இங்க ஏன் வந்தீங்க? புள்ளைய அனுப்ப முடியாது. கூட்டிட்டு போயி கொன்னு கரட்டுல வீசிடுவீங்க அப்படினு சொல்லிப்போடுச்சுங்க மணி எம்பட மாமியா”

“அப்ப போயிட்டு வெறுங் கையோடவா திரும்புனீங்க சுப்பு?”

“எங்கீங்க! நானும் பிரசிடெண்டும் மறுக்கா பஸ்ஸ்டேண்டு வந்துட்டோம். நாங்க திருப்பூரு பஸ்ல ஏறி உக்காந்தப்ப மாமியா புள்ளையத் தூக்கீட்டு ஓடி வந்தா! நானு சன்னல் சீட்டுல உக்காந்துட்டு இருந்தன். நேரா எம்மூஞ்சியப் பார்த்தவ பிள்ளைய அத்தன சனத்துக்கு முன்னாடி கீழ உக்கார வச்சுட்டு, நீயே

தூக்கீட்டு போ! அப்படின்னு சொல்லிட்டு மறு செகண்டு நிக்காம கூத்தாட்டிட்டு போயிட்டா"

"அடக் கொடுமையே!"

"ஏங்கேக்கறீங்க மணி. ஒரே தும்பம் போங்க! மறுக்கா பஸ்சுல இருந்து எறங்கி புள்ளைய தூக்கிட்டு ஊரு வந்து சேர்ந்தோம். எங்கம்மா தான் ஒரு மாசம் வரைக்கிம் புள்ளையப் பார்த்துக்கிச்சு. ஒரு மாசம் கழிச்சி அவளே ஊட்டுக்கு வந்துட்டாளுங்க! வந்தவ அம்மாகாரிய கொஞ்சத்தான பேச்சா பேசினாங்கறீங்க. சரி அவ ஆயாகாரிய அவ பேசுறாள்னு கண்டுக்கலை. ரெண்டு பேரும் ஏதோ சண்டைக் கட்டீட்டாங்களாட்ட இருக்குது சர்ர்னு கிளம்பி வந்துட்டா! எனக்கும் நல்லதாப் போச்சு... அதுல இருந்து மாமியா ஊட்டுக்கு போக்குவரத்து இல்லீங்க மணி. இவளும் போவறது இல்ல."

"இன்னம் தப்பு பண்றாளுங்கறே! இழுத்து நாலு சாத்து சாத்த வேண்டிது தான சுப்பு"

"உடுங்க அவளை. எத்தனை நாளைக்கி இதெல்லாம். சாத்துறது பெருசில்லீங்க மணி. போயி கெணத்துல பாறையில உழுந்து தொலைச்சிடுவாளுங்க. புள்ளைங்க வேற சிறுசுகளா போச்சு. தாயில்லாப் புள்ளைங்களா போயிடும். அப்படி அதுகளை கண்ணுல பாத்துட்டு எப்படிங்க உசுரோட இருப்பேன் நானு" என்பான்.

காய்ச்சல் தலைவலி என்றாலும் வீட்டில் மட்டும் இருக்க மாட்டான் சுப்பிரமணி. எந்த ஊரில் பூச்சுவேலை என்றாலும் சைக்கிளில் வந்துவிடுவான். சுப்பிரமணியின் சம்சாரத்தை இவனும் அவர்கள் வீட்டில் நான்கைந்து முறை பார்த்து பேசியிருக்கிறான். இவன் சொல்லும் விதமாக அவள் இருப்பதற்கான அறிகுறியே இல்லை தான். நல்ல குடும்பப் பாங்கான பெண் போலத்தான் இருப்பாள் நடந்தும் கொள்வாள். இவனும் பொய் பேசுபவன் இல்லை. எதை நம்புவது எனத் தெரியாமல் அவன் சொல்கையில் "ம்" கொட்டி கேட்டுக் கொள்வதோடு சரி.

இன்று மணிபாரதிக்கு வேலைக்காட்டுக்கு செல்லும் வகையில் உடல் இல்லை என்பது பாப்பாவை பள்ளிக்கு தாட்டி விட்டு வருகையிலேயே தெரிந்து விட்டது. இருந்தும் சுப்பிரமணிக்கு ஒரு போனைப் போட்டு தகவல் சொல்லி விட்டால் அவன் பாட்டுக்கு அவன் வேலையை பார்த்துக் கொண்டிருப்பான். பெருந்துறை வரை

போய் ஊசி ஒன்றை போட்டு விட்டு வந்து மதியத்திற்கும் மேல் போகலாம் என்று முடிவுக்கு வந்தான் மணிபாரதி.

உடல் போய் படுடா என்றே வேதனைப்படுத்திக் கொண்டிருந்தது. அப்படியே ஷோபாவில் சாய்ந்தான் மணிபாரதி. இவனது அலைபேசி பாக்கெட்டினுள் அலறியது. சடவாய் எடுத்து யாரெனப் பார்த்தான். சந்திரிகா டீச்சர். காலையில் எழுந்ததும் சந்திரிகா டீச்சருக்கு குட்மார்னிங் மெசேஜ் அனுப்பி இருந்தான். ஒரு வேளை டியூசன் எடுக்க சம்மதம் சொல்ல கூப்பிடுகிறாரோ என்னவோ என்று எடுத்தான்.

ஹலோ! யாருங்க நீங்க? எனக்கு குட்நைட், குட்மார்னிங் மெசேஜ் விட்டுட்டே இருக்கிறது?

ஹலோ! நான் மணிபாரதிங்க மேடம். ரம்யாவோடா அப்பா. அன்னிக்கி உங்க வீட்டுக்கு வந்து ரம்யாவுக்கு மேத்ஸ் டியூசன் எடுக்குற விசயம் பத்திக் கேட்டனே! நீங்க போன் நெம்பர் குடுத்தீங்களே!

ஓ நீங்களா? நான் யாரோன்னு நெனச்சிட்டு ரொம்ப கடுப்பாயிடனுங்க! பின்ன சம்பந்தமே இல்லாம மெசேஜ் விட்டுட்டு இருந்தா யார்னு தெரியாம கடுப்பு வருமுங்கள்ள!

நானு உங்களை கூப்பிட்டு பேச கொஞ்சம் தசுங்கீட்டு இருந்தனுங்க மேடம்.

நான் தானே உங்களுக்கு போன் நெம்பர் குடுத்தேன். கூப்பிட்டு பேச வேண்டியது நீங்க தான்.

அதான் மெசேஜ் விட்டேன் மேடம். நம்மளுக்கெல்லாம் அவ்வளவு தானுங்க அறிவு. ஏதாவது நல்ல முடிவு எடுத்தீங்களா மேடம்.

ரம்யா கிளாஸ்லயே இப்ப நல்லா மேத்ஸ் பண்றாளுங்க! டியூசன் வேண்டிதே இல்லை.

நம்ம அப்பன் டியூசன் அனுப்பக்கூட கையால ஆகாதவனா போயிட்டான்னு ரம்யா நெனச்சுக்குவாளுங்க மேடம்.

அப்படிக்கூட ஒரு பாப்பா நெனச்சிக்குமா!

ஏங் கேக்கறீங்க மேடம். ரொம்ப புடிவாதம் புடிச்ச பொண்ணு ரம்யா. ஏதாச்சிம் ஸ்கூல்ல போயி அவகிட்ட கேட்டுப்போடாதீங்க. வீடு வந்து சாப்பிட மாட்டன்னு கூத்தாயிடும்.

பயங்கர செல்லமோ?

ஆமாங்க மேடம். அதனால தான் டியூசன் எப்படியாவது எடுங்கன்னு சொல்றேன். அதுக்கு நான் உங்களுக்கு என்ன பண்ணனும்னு சொல்லுங்க உடனே பண்ணுறேன்.

சீக்கிரம் சொல்றேனுங்க. ரம்யா வேன் போயிடுச்சா?

அது ஏழே முக்காலுக்கே போயிடுச்சுங்க மேடம். நீங்க இன்னம் கிளம்பலையா?

-நான் எட்டரைப் போலத்தான் பஸ் ஸ்டாப் போவேன்.

-ஆனா நேர்ல நீங்க பேசினதை விட போன்ல ஒரு நண்பன் மாதிரி படப்படன்னு பேசுறீங்க மேடம். உங்க குரல் போன்ல சின்னப்பொண்ணு பேசுற மாதிரி இருக்கு. இன்னம் சித்த நேரம் கேட்டுட்டே இருக்கலாம் போல! என்றதும் எதிர்முனை கட்டாகி விட்டது.

இது என்னடா துன்பம் என்று நினைத்தான் மணிபாரதி. டீச்சர் கோபித்துக் கொண்டாளோ என்று நினைத்தான். சரி அவள் கோபித்துக் கொண்டால் தனக்கு ஒன்றும் நஷ்டமில்லை என்று ஷோபாவில் கால் நீட்டினான். இடுப்புவரை வலி ஆரம்பமாகி இருந்தது. சீக்கிரம் ஏதாவது வலி நிவாரண மாத்திரை போட்டுக் கொண்டால் தான் சரிப்படுமென நினைத்தான்.

"அண்ணோவ் என்னண்ணா காலு நீட்டி காத்தால படுத்துட்டு இருக்கீங்க" என்று கேட்டபடி வசந்தி வீட்டினுள் வந்தாள். கண்களை மூடியவன் திறந்து வசந்தியைப் பார்த்தான். வசந்தி முழு மேக்கப்பில் இருந்தாள். முகத்தில் பவுடர் பூச்சு திட்டுதிட்டாய் இருந்தது. பாடி ஸ்ப்ரே என்று என்னத்தை அடித்து வந்தாளோ வீடே கமகமத்தது. இவனுக்கு தலைவலி இருப்பதே அப்போது தான் தெரிந்தது. அவளோ சேரை இழுத்து வந்து இவனருகில் போட்டு அமர்ந்தாள்.

"என்னண்ணா கண்ணெல்லாம் சிவந்து கிடக்கு? சோம்பல்ல இருக்கீங்களே?" என்றவள் இவன் கழுத்தில் கை வைத்து பார்த்தாள்.

“சூடா இருக்குதுண்ணோவ்! நேத்து நல்லாத்தான இருந்தீங்க? அதுக்குள்ள என்னாச்சு? ஏதாச்சிம் சாப்பிட்டீங்களா?” என்றவளுக்கு இல்லை என்று தலையாட்டினான்.

“நான் போய் உள்ளூர் மளிகை கடையில விக்ஸ் ஏக்சன் ஐநூறு மாத்திரை ஒன்னு வாங்கி வரவாண்ணா?” என்றாள்.

“வேண்டாம் வசந்தி. பழைய ஸ்டாக்கா இருந்துச்சுன்னு வச்சுக்க! அதுவேற தனியா பிரச்சினை பண்ணிப்போடும். ஆமா நீ புறப்பட்டு ஜிகு ஜிகுன்னு இருக்கியே காங்கேயத்துக்கு கிளம்பிட்டியா?”

‘சரளையில மளிகை கடையில சேத்தி உடறேன்னு சொன்னது அதுக்குள்ள மறந்து போச்சுங்ளா உங்களுக்கு?”

“ஆமாம், ஆனா நாளைக்கே கூட்டிட்டு போறேன்னு. சொல்லலியே!”

“வேலைக்கி போறதுன்னு ஆச்சு அதுக்கென்னண்ணா கெடுவு? கௌம்பி போயிட்டே இருக்க வேண்டிது தான். எங்கம்மா இன்னிக்கி மானம் பொத்துட்டு ஊத்தப் போவுதுன்னு சொல்லுது.”

“நான் சும்மா கேக்கறீன்னு நெனச்சிட்டன் வசந்தி. சரி போச்சாது பேண்ட் போட்டதீம் போலாம். உன்னை விட்டுட்டு நான் பெருந்துறை போய் டாக்டரை பார்த்துட்டு வந்துடறேன்” என்று எழுந்து அமர்ந்தான் மணிபாரதி.

“சும்மா எல்லாம் யாராச்சிம் வேலை வேணுமுன்னு கேப்பாங்களா? ஒரே போர் அடிக்குதுண்ணா வீட்டுல இருக்கறதுக்கு. இந்த ட்ரெஸ் நல்லா இருக்காண்ணா? போன தீபாவளிக்கி காங்கேயத்துல எடுத்தது. அன்னிக்கி கட்டீட்டு வச்சதுதான் மறுக்கா இப்பத்தான் கட்டுறேன்.”

“நல்லாத்தான் இருக்குது. என்ன வேலைக்கி போறவ மாதிரி தான் இல்லை. மளிகை கடை ஓனரை செட் பண்ண போறவ மாதிரி இருக்கு. ஏய் கன்னத்தை உடு வசந்தி வலிக்குது. இதென்ன நீ இப்படிப் போட்டு இழுக்குறே?”

“பின்ன செட் பண்ண போற மாதிரி இருக்குதுன்னு சொன்னா இழுக்காம முத்தமா குடுப்பாங்க? இருக்குற ஒரு ஆளை செட் பண்ணவே குட்டியா கரணம் போட வேண்டி இருக்குது. இதுல இன்னொன்னா? வலிக்குதாண்ணா? சும்மா நீவிட்டே இருக்கீங்க?”

“தலை வலிக்குது வசந்தி. எந்திரிச்சு உட்கார்ந்ததும் கொய்யின்னு மண்டை சுத்துது.”

“நான் போய் உங்களுக்கு டீ வைக்கிறேன். நீங்க சித்த நேரம் படுங்கண்ணா! வேலைக்கி நாளைக்கி போயி சேர்ந்துட்டாப் போவுது. உங்க கூட டாக்டர் கிட்ட வர்றேன். இதுக்குத்தான் வீட்டுல பொண்டாட்டின்னு ஒருத்தி வேணுமுங்கறதுண்ணா! காச்சலுங்காட்டி ஆச்சு சமாளிக்கறீங்க. இதுவே வேற ஏதாச்சிம்னா?” என்றபடி சமையல் கட்டுக்குள் வசந்தி போனதும் இவன் தலைக்கு ஒரு துண்டைக் கட்டிக் கொண்டு மீண்டும் சாய்ந்தான்.

வசந்தி இவனை தட்டி எழுப்பியபோது எந்த இடத்தில் படுத்துக் கிடக்கிறோம் என்ற நினைவே இவனுக்கு இல்லை. கண்டு கொண்டிருந்த கனவில் யாரோ முகம் தெரியாத ஆட்கள் துரத்திக்கொண்டே இருந்தார்கள் இவனை. இவன் ஓடிக் கொண்டேயிருந்தான். கிணறுகளை எல்லாம் ஒரே தாவலில் தாண்டினான். அப்புறம் வீடுகளைத் தாண்டினான். ஒரு வீட்டில் தாண்டுகயில் பெயிண்ட் டப்பா ஒன்றை தட்டி விட்டான். அது கீழே வாசல் கூட்டிக் கொண்டிருந்த பெண்ணின் தலையில் போய் தொம்மென விழுந்தது. அந்தப்பெண் தலையில் இருந்து பெயிண்ட் ஒழுக மேலே அன்னாந்து பார்த்தது. இவன் கண்ணடித்து சாரி சொல்லி பறந்து கொண்டிருந்தான். அந்தப்பெண் பறந்து கொண்டிருந்த இவனைப்பார்த்து பாவாடையை கோபமாய் தூக்கிக் காட்டி ஏதோ சொல்லியது. அது என்ன மொழி என்று இவனுக்கு தெரியவில்லை. துரத்தி வந்தவர்களும் பின்தங்கிப் போய்விட்டார்கள். இவன் அதே இடத்தில் மேலே பறந்து கொண்டிருந்தான்.

“வசந்தி மணி என்னாச்சு?” என்றான்.

“மணி பத்தாச்சுண்ணா! புஸ்சு புஸ்சுன்னு தூங்குனீங்க. சரி எந்திரிச்சு உக்காந்து கஞ்சி குடிங்கண்ணா” என்று டம்ளரில் கஞ்சி ஊற்றினாள் வசந்தி. இவன் எழுந்தமர்ந்து டம்ளரை வாங்கிக் கொண்டான். குடிக்கும் அளவு சூடுதான் இருப்பதை கையில் வாங்கியதும் தெரிந்தது. வாயை ஒட்டிக் குடித்தான். மூன்று டம்ளர் குடித்ததும் போதும் என்றான் மணிபாரதி. குண்டாவில் இன்னும் இரண்டு டம்ளர் குடிக்கலாம் போல கஞ்சி இருந்தது. அதை அப்படியே வசந்தி குண்டாவோடு குடித்தாள். வெகு வெகுவென சுடுநீரை சொம்பிலிருந்து டம்ளரில் ஊற்றி தன்

ஜாக்கெட்டினுள்ளிருந்து மாத்திரை ஒன்றை எடுத்து காகிதத்தை கிழித்துக் கொடுத்தாள்.

"மாத்திரையை போடுங்கண்ணா! பத்து நிமிசத்துல சரியாயிடும். அப்புறம் கிளம்பி டாக்டரை பாக்க போகலாம்" என்றாள். இவன் மறுக்காமல் வாங்கி போட்டுக் கொண்டான்.

"மாத்திரையை ஏன் அங்க வச்சு கொண்டு வந்தே? அங்க வச்சிருந்து எடுத்து முழுங்கினா சீக்கிரம் காச்சல் நல்லாயிடுமா?" என்றான்.

"இன்னொரு எடத்துல கூட வச்சிருந்து எடுத்து குடுத்திருப்பேன் நானு. காய்ச்சல்லயும் உங்களுக்கு லொள்ளு நாயம் மட்டும் போகாதுண்ணா! டம்ளரைக் குடுங்க கழுவி வச்சிட்டு வர்றேன் எல்லாத்தையும்" என்று பிடுங்கிக்கொண்டு சமையல் அறை போனாள் வசந்தி. மறுபடியும் சாய்ந்து கொள்ள விருப்பமில்லாமல் சோபாவின் மூலையில் கிடந்த ரிமோட்டை எடுத்து டிவியை ஆன் செய்தான். திரையில் பொம்மை சேனல் தான் ஓடியது. மாற்றிக் கொண்டே போய் ஃபேசன் டிவியில் நிறுத்தினான். குச்சி குச்சியாய் பெண்கள் நடக்கத் தெரியாமல் நடந்து கொண்டிருந்தார்கள்.

வசந்தியை இப்படி அதுக்கும் இதுக்கும் நடக்கச் சொல்லி பார்க்கலாம் என்ற யோசனை உதித்தது. அதற்கு வசந்தி சேலையில் நடந்தால் ரசிக்க முடியாது. இவன் தலைக்கு கட்டியிருக்கும் துண்டை மட்டும் கட்டிக்கொண்டு நடந்தால் சரியாய் வரும். வேண்டுமென்றே சொல்லிப் பார்க்க வேண்டுமென நினைத்து அதே சேனலில் இருந்தான். வசந்தி சாமான்களை கழுவி வைத்து விட்டு டீ டம்ளரோடு வந்தாள். அருகில் வந்து இவன் கையில் டீ டம்ளரை கொடுத்து விட்டு ஷோபாவில் சாய்ந்து அவனருகிலேயே அமர்ந்தாள். வசந்தி டீக்கு டிக்காசன் அதிகம் போட்டிருந்தாள். காரணம் ஏதாவது இருக்குமென மருந்து போல குடித்தான்.

டிவியில் வந்த பெண் தன் பின்புறத்தை எல்லோருக்கும் பார்த்துக்கங்க என்று காட்டினாள். அவள் கண்கள் நீல வர்ணத்தில் இருந்தது. மணிபாரதி வசந்தியை ஓரக்கண்ணால் பார்த்தான். ஏனோ அவள் ஒன்றும் சொல்லாமல் டிவியை பார்த்துக் கொண்டிருந்தாள். காலி டம்ளரை அவள் கையில் கொடுத்தான். வசந்தி வாங்கி கீழே வைத்து விட்டு இவனைத் திரும்பிப் பார்த்தாள்.

“வேற சேனல் போடுங்கண்ணா! இதுல என்ன நடந்துட்டே இருக்காளுக காட்டீட்டு”

“நல்லா இருக்குதுல்ல. சூப்பரா இருக்கா பாரு அவ”

“பொம்பளைங்க நடக்குறதை நீங்க பாக்குறீங்க. ஆம்பளைங்க நடந்தாலாச்சிம் நாங்க பார்ப்போம்.”

“ஆம்பளைங்களும் நடப்பாங்க வசந்தி, ஆனா இந்த நேரத்துல இல்லியாட்ட! ஆமா ட்ரஸ்சை ஏன் மாத்திட்டே?”

“எப்படியும் இன்னிக்கி வேலைக்கு போறது நெசமில்லீன்னு உங்களை பார்த்த உடனே தெரிஞ்சு போச்சு. அதான் கழட்டி மடிச்சு வச்சுட்டு ஒடைக்கு கட்டுறதையே கட்டிட்டேன். எங்கம்மா ஏண்டீன்னு கேட்டுச்சு. உங்களுக்கு காச்சல்னு சொல்லிட்டேன்.”

“எனக்கு காச்சல்னு ஊருக்குள்ள போயி சொல்லிட்டு வந்துட்டியாட்ட இருக்குது”

“அண்ணோவ், மறுக்காவும் கிள்ளி வச்சுடுவேன். வேற சேனல் போடுங்கண்ணா! ஏண்ணா டெக்கு வச்சிருக்கீங்க ஒரு நல்ல படம் கேசட்டு கூட இல்லீங்களா? எனக்கு போட்டு உட்டுட்டு நீங்க தூங்குங்க. நான் பார்த்துட்டு இருக்கேன்”

“படம் ஒன்னும் இல்லை வசந்தி. ரெண்டு கெடக்கும் எங்காச்சிம். அதும் ஸ்ட்ரக் ஆயி ஆயி ஓடும். வாங்கி வச்சது தான் தெரியும். யாரு பாக்குறாங்க. சீன் படம் வேணா ரெண்டு இருக்கும் பாக்குறியா?”

“அது வேண்டாமுண்ணா! மூடு ஆயிடும் எனக்கு. உங்களுக்கு வேற ஒடம்பு செரியில்ல”

“என்னமோ நான் ரெடிங்கற மாதிரி பேசுறே”

“அந்த பேச்சை உடுங்கண்ணா. கொண்டாங்க ரிமோட்டை நான் தேடி பாத்துக்கறேன். நீங்க சித்த நேரம் படுங்க” என்றவளுக்கு ரிமோட்டை கொடுத்தான்.

“டிவியில நடக்குறவளாட்ட உன்னை அதுக்கும் இதுக்கும் நடக்கச் சொல்லி பாக்கலாம்னு இருந்தேன். சாமத்துல போனு பேசுறப்ப மட்டும் பயங்கரமா பேசுறது” என்று சும்மா சொல்லி விட்டு சாய்ந்தான் மணிபாரதி.

"நெசமாவாண்ணா? உங்களுக்கு காச்சல் என்னாச்சு? இருங்க பாக்குறேன்" என்று புறங்கையை இவன் கழுத்தில் வைத்துப் பார்த்தாள்.

"கொஞ்சம் கொறஞ்சங்காட்டி தான் இப்படி பேசுறீங்களா? பெருந்துறை போயி ஒரு ஊசியை போட்டுட்டு வாங்கண்ணா. மாத்திரை போட்டதால சித்த நேரம் நல்லா இருக்கும். மறுபடி வந்துட்டா சிரமம்."

"நாளையும் பின்னி போன்ல கூப்புட்டு பேசு அப்புறம் பாரு"

"என்ன பண்ணுவீங்கண்ணா? கட் பண்ணிடுவீங்களா? நான் வீட்டுக்கே வந்துடுவேன். இப்ப என்ன பண்ணோனுமுன்னு சொல்றீங்க நீங்க. அவுத்து போட்டுட்டு நடந்து காட்டச் சொல்றீங்களா?"

"ஒன்னும் வேண்டாம். சும்மா சொல்லிப் பாத்தேன் நீ என்ன சொல்வீன்னு பாக்கலாமுன்னு"

"இல்லியே! அப்படி சும்மா சொன்ன மாதிரி தெரியிலியே! இருங்க வர்றேன்" என்று எழுந்து வெளி வாசலுக்குப் போனாள். இவனுக்குள் காமம் உடனே விழிப்பாகி விட்டது. வசந்தி அதற்கு தயாராகி விடுவாள் என்ற நினைப்பே பொறுமையை இழக்கச் செய்தது. வசந்தி வந்தபாடில்லை. இவளும் கோபித்துக் கொண்டு போய் விட்டாளா? போய்த் தொலைகிறாள் என்று நினைத்துக் கிடந்தான். தலையை உயர்த்திப் பார்த்தான் மணிபாரதி. முன் கதவு திறந்தே கிடந்தது. டிவியில் மாதவன் செட்டு சேர்த்திக் கொண்டு ஆடிப் பாடிக் கொண்டிருந்தான். "செப்டம்பர் மாதம்... வாழ்வின் துன்பத்தை தொலைத்து விட்டோம்!"

நினைவு வந்தவனாக செல்போனை எடுத்து சுப்பிரமணியை கூப்பிட்டு தகவலைச் சொன்னான். அவன் வேலை ஓடிக் கொண்டிருப்பதாய் சொன்னான். முடிந்தால் வருவதாய் சொல்லி விட்டு அணைத்தான். கூடவே சந்திரிகா டீச்சரின் ஞாபகமும் வந்தது. சாரி மேடம்! என்று டைப் அடித்து மெசேஜ் அனுப்பினான். அனுப்பி சேர்ந்த பிறகு டீச்சருக்கு தொக்காகி விடுமோ என்று யோசித்து, அதுக்குள்ள என்னடா அவசரம் ராஸ்கல் என்று தன்னையே திட்டிக் கொண்டான்.

தன்னிடம் மறைந்து போயிருந்த குறும்புத் தனங்கள் மீண்டும் தலை தூக்குவதை உணர்ந்தான் மணிபாரதி. வசந்தி சொன்னது மாதிரி தனக்கென ஒருத்தி வீட்டில் மனைவியாக இருந்திருந்தால் நன்றாகத்தான் இருக்கும். சமையல் கட்டில் தினமும் லோல்பட வேண்டியது இல்லை. வெங்காயம், மிளகாய் என்று கண்களில் நீர் வர தினமும் நறுக்கிக் கொண்டிருக்க வேண்டியது இல்லை. வசந்தியே சொன்னது மாதிரி வயதுக்கு தகுந்த ஒருத்தியை தேடிக் கண்டுபிடிக்க வேண்டியது தான்.

இதற்கு புரோக்கர் வேண்டியதே இல்லை. அவன் இரண்டாம் கல்யாணத்துக்கும் சாதி பார்த்து, பொருத்தம் பார்த்து, தோசமும் பார்த்து பேசி முடிப்பான். வசியப் பொருத்தம், யோனிப் பொருத்தம் கச்சிதமாக இருக்கிறதா என்று கணக்கு போட்டு சூப்பர் என்று வந்து நிற்பான். வசியம் பற்றி அஞ்சாம் கிளாஸ் தாண்டாத கபோதிக்கு என்ன பேரெழவு தெரியும்? தன் சாதகத்தை சாந்தி இறந்த போதே கோபத்தில் தீக்குள் வீசியெறிந்து விட்டான் மணிபாரதி. ஒன்பது பொருத்தம் இருந்தது சாந்திக்கும் இவனுக்கும். இருவருக்குமே செவ்வாய் வேறு இருந்தது. சரியான பொருத்தம் என்றான் புரோக்கர். சாந்தி தான் இல்லை.

மூன்று வருடங்கள் கழித்து இவனுக்கு கோப்பு எடுத்து விட்டது. எதைப்பற்றி நினைக்கவே கூடாது என்று நினைக்கிறோமோ அது தான் எந்த நேரமும் கண்முன்னே நிற்கும். குடியை விட்டொழித்து வருடங்கள் பல ஆகிவிட்டது. இப்போது அதன் மீதும் நாட்டம் வந்தது. ஆனால் அது காமம் மாதிரி இவ்வளவு கடுசாய் இல்லை. காமத்திற்கு தீர்வு கிடைத்தபிறகு குடி பற்றியான சிந்தனைகள் மேல் எழும்பி வந்துவிடுமோ என்று அஞ்சினான். காலத்திற்குமான குடியை முன்பே அவன் குடித்திருந்தான்.

ஆனால் இவன் அம்மாவிற்குக் கூட தெரியாது மகன் குடிகாரன் என்று. உள்ளூரில் யாரும் போய் உன் பையன் குடிக்கிறான் என்று போட்டுக் கொடுக்கவில்லை. சொன்னாலும் அவனை வீட்டுப்பக்கம் இனிமேல் வராதே என்று சொல்லிவிடும் அது. ஒவ்வொரு தாய்மார்களும் தங்கள் பிள்ளை மேல் ஏகத்துக்கும் நம்பிக்கை வைத்திருக்கிறார்கள். அதில் இவன் அம்மாவும் ஒன்று. இன்னமும் பல வருடங்கள் இருக்க வேண்டிய அம்மா ஏகப்பட்ட மாத்திரைகளை தின்றும் வேலைக்காகாமல் போய்ச் சேர்ந்து விட்டது.

அம்மா பெரிய போட்டோவில் சுவரில் தொங்கியபடி இவனையே பார்த்துக் கொண்டிருந்தது. பக்கத்தில் அதே அளவில் சாந்தி போட்டோவும் இருந்தது. அவளும் இவனையே வெறிக்கப் பார்த்துக் கொண்டிருப்பதாய் இவனுக்கு தோன்றியது. சாந்தி மாதிரியான மனைவியை இழந்தது காலத்தின் கொடூரம் தான். ஏதோ நேற்றுத் தான் அவளை கட்டிக் கொண்டு வந்தது மாதிரியும் இருந்தது. எத்தனையோ பெண்களை மணிபாரதி கசக்கிப் பிழிந்திருக்கிறான். ஆனால் சாந்தியை தொடுகையில் எல்லாம் உடல் நடுங்க பதறிக்கையோடு கட்டி அணைப்பான். எங்கே இறுக்கி அணைத்தால் அவளுக்கு மூச்சு முட்டி விடுமோ என்ற பயம் வேறு. ஆனால் இவன் பயத்தையெல்லாம் போக்க சாந்திக்கு ஒருவார காலமாகி விட்டது.

ரம்யாவை பெற்றெடுப்பதற்கு சாந்தி பட்ட துயரங்களை பார்த்தவனுக்கு மீண்டும் அவளை அப்படியொரு துன்பத்திற்கு கூட்டிச் செல்ல மனமில்லாமல் பயந்து பின் வாங்கினான். உயிர் போய் உயிர் வந்தது என்பார்களே! அப்படித்தான் இவனுக்குத் தெரிந்தது. அவளுக்கு ஆண் குழந்தை மீது அப்படியொரு ஆசை இருந்தது. ரம்யா நடக்க ஆரம்பித்ததும். அதற்கு மட்டும் இவன் ஒத்துக் கொள்ளவே இல்லை. சாந்தி அழுது ஆர்பாட்டமெல்லாம் செய்து பார்த்தாள். இவன் கோஹினூரைக் காட்டினான். அதைப் பிடுங்கி கிழித்து வீசினாள். எல்லாம் நேற்று நடந்தது போல அவன் கண்ணுக்கு முன்னால் தெரிந்தது. பெருமூச்சு ஒன்றை மட்டுமே விட்டு விட்டு டிவியைப் பார்த்தான். சிம்பு கூட்டத்தாரோடு ஆடிக் கொண்டிருந்தான். "புயலே புயலே பொத்தி வச்ச புயலே! புன்னகையாலே என்னைத் தாக்கும் புயலே! இதுக்குத்தான் என்னைச் சுத்தி வட்டம் போட்டாயோ!"

புயல் உள்ளே வந்து விட்டது! வசந்தி புதுப்பெண் போல வெட்கப்பட்டு வந்தமர்ந்தாள் மீண்டும் ஷோபாவில் சாய்ந்தபடி. ஏதாவது மாற்றம் அவளிடம் தெரிகிறதா என்று பார்த்தான் மணிபாரதி. ஒன்றுமில்லை. ஆனால் இந்தப்பக்கமாக முகத்தை காட்டாமல் டிவியில் பார்வையை பதித்திருந்தாள்.

"இருங்க வந்துடறேன்னுட்டு எங்கே போனே வசந்தி?" அவளோ புஸ் புஸ்சென மூச்சு வாங்கிக் கொண்டிருந்தாள்.

"எங்கம்மா என்ன பண்ணுதுன்னு பார்த்துட்டு வரப் போயிருந்தேன். அது பனியன் பீசை எடுத்து போட்டுட்டு உக்காந்து

பிரிச்சுட்டு இருந்துச்சுண்ணா! உங்களுக்கு வேற ஒடம்பு சரியில்லீன்னு சொல்லியிருந்தனா நானு, பார்க்க வந்தாலும் வருமுன்னு தான் வீடு போய் எட்டிப்பார்த்துட்டு வந்தேன்." என்றாள்.

"உங்க அம்மா மேல அவ்ளோ பயமா? சரி என்னமோ நடந்து காட்டத்தான் அவசரமா போறீன்னு ஆசையா படுத்திருந்தேன். வந்ததீம் சீறீட்டு உட்கார்ந்துட்டே?"

"எனக்கு திக்கு திக்குன்னு பயமா இருக்குண்ணா! சொன்ன மாதிரி போன்ல எங்க வீட்டு மாடியில படுத்துட்டு உங்க கிட்ட பேசுறப்ப பயம் இல்லைண்ணா! ஆனா ரொம்ப பயமா இருக்குண்ணா!"

"அன்னிக்கி மட்டும் சமையலறையில வெறி புடிச்சமாதிரி கட்டிப்பிடிச்சு முத்தம் குடுத்தே?"

"ஆமாம்ணா! ஆனாலும் இன்னிக்கி நீங்க சம்மதம் சொல்லிட்டதால தான் பயம்."

"சம்மதமா சொன்னேன் நானு. நீதான் உடம்பு சரியில்லை தூங்குங்கண்ணான்னு சொன்னே! நடந்து காட்டச் சொன்னேன்."

"வீட்டுல இருந்து வர்றப்ப நடந்து காட்டிடலாமுன்னு நெனச்சிட்டுத் தான்ணா வந்தேன். ஆனா பயம் புடிச்சுக்கிச்சே"

"வசந்தி அது பயமா? வெக்கமா? ரெண்டையும் போட்டு கொழப்பிக்காதே."

"சேரீண்ணா"

"சரி உனக்கு மெதுவா பயம் போகட்டும் வசந்தி. ரொம்பத்தான் நீ பயந்துட்டே. நீயே சொன்ன மாதிரி நான் தூங்கறேன்"

"அண்ணா, எப்படி நடக்குறதுன்னு சொல்லுங்கண்ணா. இனி என்ன தூக்கம் உங்களுக்கு?" வசந்திக்கு குரல் மாறிக்கொண்டிருந்தது. குரல் மாறுகிறது என்றாலே மணிபாரதிக்கு தெரியாதா என்ன! வசந்தி பயத்தை விலக்கிக் கொண்டு தயாராகிக் கொண்டிருக்கிறாள் என்று தெரிந்தது.

"சின்னக் கொழந்தையா வசந்தி நீ? எப்படி நடக்குறதுன்னு என்னை கேக்குறே? இப்பத்தான் டிவியில பார்த்தீல்ல! அது மாதிரி ஒரே ஒரு வாட்டி அந்த வடக்கு செவுத்து வரைக்கும் போயிட்டு

கிட்ட வந்து அப்படி திருப்பி காட்டிட்டு உட்கார்ந்துக்க. சரியா" என்றான்.

"சரிண்ணா! ஆனா சிரிக்கக் கூடாது பாத்துக்கங்க!" என்று எழுந்தாள் வசந்தி.

"இன்னும் நாலுவாட்டி நடன்னு நான் கேக்குற மாதிரி அழகா அப்படி ஆட்டி ஆட்டி நடந்து போயிட்டு அப்படியே திரும்பி என்னைப் பார்த்து நான் மயக்கமே போட்டு உழுற மாதிரி வரணும். அப்புறம் சேலையோடவா நடப்பே?"

"அண்ணாவ்"

"டிவில பார்த்தீல்ல நீ! சேலையோட அப்படி நடந்தா நல்லாவா இருக்கும்?"

"அண்ணா இதுக்கு நீங்க என்னை இழுத்துப் போட்டு கசக்கிடுங்கண்ணா! வெக்கமா இருக்குன்னு சொல்றேன்ல. உங்களுக்கு வெளையாட்டா இருக்குது."

"நான் உன் கிட்ட கேட்டது என்ன வசந்தி! மனசுல வசந்தி இப்படி நடந்தா எப்படி அழகா இருக்குமுன்னு நெனச்சிப் பார்த்தேன். மனசுல ஏன் அதைப்போயி நெனச்சிட்டு இருக்காட்டி? அதான் நீ இவத்திக்கே இருக்கியே, நடக்கச் சொல்லிட்டாப் போச்சுன்னு கேட்டுட்டேன். டிவில நடந்துட்டு இருக்குறதெல்லாம் எங்கியோ ஒரு நாட்டுல நடக்குது. அதை பொம்மை பாக்குற மாதிரி தான இப்ப ரெண்டு பேரும் பார்த்தோம். இப்ப என்னடான்னா முடியாதுன்னுட்டு உன்னோட காரியத்துலயே குறியா இருக்கே! இதுக்கு உங்கொம்மா வேற ஊட்டுல என்ன பண்ணீட்டு இருக்குதுன்னு பாக்க வேற ஓடிட்டே நீ! ஆசைய மனசுல வச்சிட்டு என்னையும் அன்னிக்கி கட்டிப்புடிச்சு கடிச்சு வெச்சுட்டு சும்மா கெடந்த சங்கை ஊதி உட்டுட்டு போயிட்டே! இனி நானு எங்க தேடிட்டு போறது?" என்று இவன் பேச ஆரம்பித்ததும் கிட்டே குனிந்து இவன் வாயைப் பொத்தினாள் வசந்தி.

"நான் எப்படி நடக்கணும்ணா? சொல்லுங்க."

"என்னை கேட்டுட்டுத்தான் கட்டிப்பிடிச்சியா? என்னை கேட்டுட்டுத்தான் தியேட்டர்ல கையை எடுத்து மார்மேல வச்சிக்கிட்டியா?" என்று மணிபாரதி பேசுகையில் தன் சேலையை உறுவி கீழே விட்டாள் வசந்தி. தன் ஜாக்கெட் ஊக்குகளை

பின்புறமாக கைவைத்து கழற்றும் வேகத்தை பார்த்து மணிபாரதி, அட மெதுவா வசந்தி! என்றான்.

"இவ எங்கடா கழட்டப் போறான்னு நெனச்சிட்டு வேடிக்கை பண்ணீட்டு இருந்தீங்கள்ள! இன்னிக்கி உங்களை உண்டு இல்லீன்னு பண்ணிப்போடறேன் பாருங்க! இன்னிக்கி வசமா சிக்கீட்டீங்கண்ணா என்கிட்ட!" என்றவள் ஜாக்கெட்டை கீழே கிடந்த சேலை மீது போட்டாள்.

"இதுவுமாண்ணா? அப்புறம் உங்களுக்கு வேலையே இல்லாமப் போயிடும்." என்றவள் பாவாடை நாடாவை இழுத்து கால்வழியே உறுவி ஜாக்கெட் மீதே போட்டாள். இரண்டு பாக்கெட் வைத்த டவுசர் ஜட்டி அணிந்திருந்தாள் வசந்தி. தவிர வசந்திக்கு தொப்புள் குழியிலிருந்து வயிற்றின் அடிப்புறம் வரை முடி வளர்ந்திருந்தது. இது நாள் வரை அப்படி பெண்களிடத்தில் மணிபாரதி பார்த்ததே இல்லை. ஜிவ்வென மண்டைக்குள் மின்சாரம் பாய்ந்தது போல் உணர்ந்தான்.

வசந்தி வடக்கு சுவர் நோக்கி ஆட்டி ஆட்டி நடந்தாள். வேண்டுமென்றே வயித்தெரிச்சலில் அவள் நடப்பதாகவே இவனுக்குப்பட்டது. ஸ்டாப்! என்றான். வசந்தி நின்று திரும்பினாள்.

"இப்படி கோபமா வேணுமுன்னே நடக்காதே வசந்தி! நடக்குறதே நடக்குறே கொஞ்சம் நிதானமா கோபத்தை மூட்டைகட்டி வீசிட்டு நடந்து காட்டேன்" என்றான். இவனைப் பார்த்து உதட்டை இருபுறமும் சுழித்துக் காட்டிவிட்டு நிதானமாய் நடந்து கிட்டே வந்தாள்.

"வசந்தி கதவை லாக் பண்ணிட்டியா? ஐய்யய்யோ!" என்று எழுந்தான் மணிபாரதி. கதவு லாக் செய்யப்பட்டுத்தான் இருந்தது ஏற்கனவே.

"இது எப்ப நடந்துச்சு?" என்றான்.

"ம், நான் உள்ள வர்றப்பவே லாக் பண்ணிட்டேன் முதல் ராத்திரி கொண்டாடாம இன்னிக்கி நீக்கக் கூடாதுன்னு முடிவு பண்ணித்தான் போட்டேன்" என்றாள்.

"தங்கச்சி வா தங்கச்சி" என்று இரு கைகளையும் நீட்டினான் மணிபாரதி.

"இந்த லொள்ளு மட்டும் போகாதுண்ணோவ் உங்களுக்கு" என்றவள் அமர்ந்திருந்தவனை அப்படியே தள்ளி மேலே விழுந்தாள். மணிபாரதி தன்னோடு சேர்த்து அவளைக் கட்டிக் கொண்டு அவள் உதட்டை மென்று சுவைத்தான். பின் உதட்டை விட்டு விட்டு கழுத்தில் முகம் தேய்த்தான்.

"அண்ணோவ் வலிக்குமா?" என்று முனகினாள் வசந்தி.

"ஒன்னும் வலிக்காது கம்முன்னு இருடி. வந்து மேல விழுந்துட்டு கேள்வியைப் பாரு" என்றவன் வசந்தியின் மார்பகத்தில் முகம் வைத்து அவளை முதுகோடு சேர்த்து கட்டிக் கொண்டு இறுக்கினான்.

"அண்ணா எவ்ளோ நேரம் ஆகும்? ரொம்ப நேரம் ஆகுமா?" என்றாள் வசந்தி. விட்டால் பேசிக் கொண்டே இருப்பாள் என்று மீண்டும் அவள் உதட்டுக்கே வந்தான் இவன். ஒருமுறை கற்றுக் கொண்டதும் இம்முறை அவளே முந்திக் கொண்டாள். மணிபாரதியின் கீழ் உதட்டை சப்பி எடுத்தவளை அப்படியே கட்டிக் கொண்டு தூக்கியபடி படுக்கையறைக்கு நுழைந்தான். நாமெல்லாம் காத்தாடி சுத்துவதை உன்னிப்பாய் கவனிக்கிறோம். காத்தாடியை காட்டிய கேமரா கீழே இறங்கி படுக்கையில் கிடக்கும் ஜோடியை காட்டுமா என்று ஆவலுடன் இருக்கிறோம்.

7. மரப்பல்லி

மணிபாரதி இரவு படுக்கைக்கு போகையில் பத்தாகிவிட்டிருந்தது. பாப்பா போர்வையை கழுத்துவரை இழுத்து விட்டு தூங்கிக் கொண்டிருந்தாள். இப்பொழுது தான் உணவை முடித்து விட்டு டாக்டர் கொடுத்திருந்த மாத்திரைகள் மூன்றை விழுங்கிவிட்டு படுக்கைக்கு வந்தான். ருசிகண்ட பூனை மாதிரி இன்னும் இன்னும் வசந்தியின் உடம்புக்கு ஏங்கிக் கொண்டிருந்தான்.

வீடு வந்ததுமே வசந்தியோடு அனுபவித்த சுகம் நினைவுக்கு வந்து விட்டது. ஆரம்பத்தில் பயந்து தவித்த வசந்தியை ஒரே நாளில் சொர்கத்துக்கு கூட்டிப்போய்க் காட்டி வந்தான் மணிபாரதி. கடைசியாய் அவள் எழுந்து வீடு போகையில் இவன் காலில் விழுந்து நன்றி சொல்லத் தெரியாமல் அழுதாள். அவளைத் தூக்கி நிறுத்தியவன் பேக்கு எதுக்குடி இப்ப அழறே? நான் தான் உனக்கு தேங்ஸ் சொல்லணும்டி. இத்தனை நாள் வெறுத்துப் போய் கிடந்தேன். எதுவுமே வேண்டாம்னு இருந்தேன். அழாதடி! என்றான்.

வசந்தியின் அழுகை இவனுக்கும் அழுகையை வரவழைத்துவிடும் போலிருந்தது. அவள் அப்படி தேம்பித் தேம்பி அழுது கொண்டிருந்தாள். வீடு செல்லக் கிளம்பியவள் போக மனமின்றி இவனோடு உரசிக் கொண்டே நின்றாள்.

இன்னமும் வசந்தியின் போனைக் காணவில்லை. ப்ரியா போனை கொடுக்க மறுத்து விட்டாளோ என்று நினைத்தான். எப்படியும் போன் பண்ணாமல் தூங்க மாட்டாள் என்று இவனுக்கு தெரிந்தே இருந்தது. படுக்கையில் விழுந்தபோது மாத்திரை வேலை செய்யத் துவங்கி விட்டதை உணர்ந்தான். சீக்கிரம் தூங்க வைத்துவிடும் என்றே தோன்றியது.

இன்று மாலையில் சரளையில் நடந்த சம்பவம் வேறு நினைவில் ஓடியது. அது நினைவுக்கு வந்ததும் சந்திரிகாவின் நினைப்பு சூழ்ந்து கொண்டது. இனி எப்படியும் சந்திரிகா டீச்சர் ரம்யாவுக்கு டியூசன் எடுக்க சம்மதித்து விடுவார் என்று நம்பிக்கை வந்து விட்டது. இவன் பெருந்துறையிலிருந்து டாக்டரை பார்த்து விட்டு வருகையில் மணி ஐந்தாகியிருந்தது. சரளையில் பேருந்து நிறுத்தத்தில் சிறு கூட்டம் நின்றிருக்க என்ன என்று வண்டியை ஓரம்கட்டி எட்டிப் பார்த்தான்.

சந்திரிகா டீச்சர் ரத்தம் வடியும் நெற்றியை கையால் அழுத்திப் பிடித்துக் கொண்டிருந்தார். அழுக்கு உடையணிந்த ஒருவரை இரண்டு பேர் நான்கு சாத்து சாத்தி ஓரம் தள்ளிப் போனார்கள்.... பீட்டர் முதுகில் மூட்டை சுமந்தபடி கண்களைத் தேய்த்துக் கொண்டு அழுது கொண்டிருந்தான் ஓரமாய் நின்று.

என்ன நடந்தது இங்கே என்பதை விட டீச்சர் ரத்தம் ஒழுக்கியபடி நிற்க இந்த முட்டாள்கள் ஏன் ஒரு ஆட்டோ எடுத்து டாக்டரிடம் கூட்டிப்போகாமல் இருக்கிறார்கள்? என்று இவன் நண்பனை காரை எடுத்துக் கொண்டு வரச்சொன்னான். ஐந்து நிமிடத்தில் இருப்பதாக பத்மனாபன் சொன்னதும் செல்போனை கட் செய்து விட்டு டீச்சருக்கு அருகாமை சென்றான். ரத்தம் டீச்சரின் மேல் ஜாக்கெட்டை நனைத்து வடிந்து கொண்டிருந்தது.

டீச்சர் கேர்ரென அழுது கொண்டிருந்தார். இவன் போய் டீச்சரின் முன் நின்று அவரின் கைப்பிடித்து தங்க நாற்கரச்சாலையை பீட்டரையும் இழுத்துக் கொண்டு கடந்தான். சொன்னது மாதிரி மாருதியில் பறந்து வந்து நிறுத்தினான் பத்மனாபன். பீட்டரை முன் சீட்டில் ஏற்றிக் கொண்டான் அவன். பின்சீட்டில் பத்திரமாய் டீச்சரை அமரவைத்து அருகில் அமர்ந்து கொண்டான் மணிபாரதி. மாருதியை கிளப்பினான் பத்மனாபன்.

“என்ன ஏக்ஸிடெண்டா மணிபாரதி?”

“இல்ல தெரியில பத்மனாபா. நான் இப்பத்தான் பெருந்துறையில இருந்து வந்தேன். கூட்டமா இருக்கேன்னு எட்டிப் பார்த்தேன். இவங்க ஸ்கூல் டீச்சர். பார்த்தா மண்டையில காயத்தை பண்ணீட்டு நிக்காங்க. பையன் வேற அழுதுட்டு நிக்கிறான். அதான் உடனே உனக்கு போன் போட்டேன். நல்லவேளை நீ வேற வாடகைக்கு போயிருந்தா வேற வண்டி புடிக்கிறது சிரமம் தான். வேற நெம்பரும் என்கிட்ட இல்லை.”

டீச்சர் இவன் கைப்பிடித்து எதுவோ சொல்ல எத்தனித்தார். என்னங்க மேடம்? என்று கேட்பதற்குள் மயக்கமாகி இவன் தோளில் சாய்ந்தார்.

"என்னாச்சு மணி?"

"ஒன்னுமில்ல மயக்கமாயிட்டாங்க! நேரா கோவை மெடிக்கலுக்கு விடு. என்னமோ சொல்ல வந்தாங்க. சரி விடு. ஏதோ கல்லடி மாதிரி தெரியுது. நல்ல வெட்டு விழுந்திருக்கு. இவங்களை இப்படி அடிச்சுத் தள்ள யாரு வந்தாங்கன்னு தெரியலையே" என்றபோது முன் சீட்டிலிருந்த பீட்டர் தான் அழுகையோடு சொன்னான். "எங்கப்பா தான் மம்மியை தள்ளி விட்டுட்டான். மம்மி போய் கல்லு மேல விழுந்திடுச்சு" என்றான்.

சும்மா சொல்லக் கூடாது. பத்மனாபன் மாருதியை அவ்வளவு விரைவாக ஓட்டி வந்து மருத்துவமனை முன்பாக நிறுத்தினான். முதலில் இறங்கிய மணிபாரதி டீச்சரை அள்ளி எடுத்து மருத்துவமனைக்குள் தூக்கிப் போனான். பிணத்தைத்தான் தூக்கி வருகிறானோ என்று காத்திருந்த பிணியாளர்கள் மிரண்டு பார்த்தனர். நர்ஸ் இவனுக்காய் அவசர சிகிச்சைப்பிரிவுக் கதவைத் திறந்து விட்டாள். உள்ளே சென்றவன் டீச்சரை படுக்கையில் கிடத்தி நர்ஸிடம் தகவலைச் சொல்லி விட்டு டாக்டருக்காய் காத்து நின்றான்.

அடுத்த அரைமணி நேரத்தில் டாக்டர் தன் சிகிச்சையை முடித்துக் கொண்டு வெளி நோயாளிகளைப் பார்க்க தன் அறைக்குள் நுழைந்தார். பத்மனாபன் பீட்டரோடு அறைக்குள் வந்தான். குளுக்கோஸ் பாட்டில் இறங்கிக் கொண்டிருந்தது சந்திரிகாவுக்கு. பையன் அம்மாவை கண்டதும் அழ ஆரம்பித்தான்.

"மம்மிக்கு ஒன்னும் இல்லடா, அழக்கூடாது" என்று தன் பக்கம் பையனை இழுத்து நிறுத்திக் கொண்டான் மணிபாரதி. டீச்சர் கண் விழித்திருந்தாள். தலையில் கட்டு போடப்பட்டிருந்தது.

"என்ன சொன்னாங்க டாக்டர்?" என்றான் பத்மனாபன்.

"ஒன்னுமில்ல, இந்த பாட்டில் இறங்கியதும் கூட்டிட்டு போகச் சொல்லிட்டாரு. மாத்திரை, டானிக்குன்னு எழுதி கொடுத்திருக்காரு. வாங்கிட்டு போக வேண்டியது தான்" என்றான்.

“நாங்கூட பயந்தே போயிட்டேன் மணி. காயம் ரொம்ப பெருசோ என்னமோன்னு” என்றவனிடம் டாக்டர் கொடுத்த மருந்து சீட்டை கொடுத்து பணத்தையும் திணித்து அனுப்பினான்.

“வாங்கி வண்டியில வை பத்மனாபா” என்றான். அவன் கிளம்பி மருத்துவமனை மெடிக்கல் நோக்கி சென்றான். ரிசப்சனில் பணத்தை செட்டில் செய்துவிட்டு இவர்கள் புறப்பட்டு சரளை நோக்கி வருகையில் சந்திரிகா எதுவும் பேசவில்லை. மணிபாரதியும் ஏதாவது டீச்சர் சொல்ல வேண்டும் என்று எதிர்பார்க்கவும் இல்லை.

சரளையில் இவன் வண்டி நிறுத்திய இடத்திலேயே நின்றிருந்தது. மணிபாரதி அங்கேயே இறங்கிக் கொண்டான். முருகேசன் தோட்டத்தில் டீச்சரின் வீடிருக்கும் விசயத்தை பத்மனாபனுக்கு சொல்லி விட்டு அவனுக்கான தொகையை கொடுத்து அனுப்பி வைத்து விட்டு நேரா கம்பளியம்பட்டி வந்து விட்டான்.

டீச்சருக்கு ஏதாவது மெசேஜ் விடலாமா என்று வந்த யோசனையை அடக்கிக் கொண்டான். இருக்கும் நிலைமைக்கு சந்திரிகாவிடமோ இல்லை வசந்தியிடமோ பேசாமல் தூக்கம் வரவே வராது போலிருந்தது. பெண்களைப் பற்றிய எண்ணம் இல்லாத நாட்களில் படுத்தவுடன் தூங்கிக் கொண்டிருந்தவனின் இப்போதைய தவிப்பை புகைப்படத்திலிருந்து சாந்தி இரவு விளக்கின் ஒளியில் பார்த்துக் கொண்டிருப்பதாக இவனாக யோசித்தான்.

இவன் தவிப்பை உணர்ந்து கொண்டதோ என்னவோ செல்போன் மெசேஜ் வந்திருப்பதாக சப்தமிட்டது. கம்பெனிக்காரன்கள் இரவில் மெசேஜ் விடுவதில்லை. அந்த நம்பிக்கையில் மெசேஜை எடுத்தான். டீச்சர் தான் சாரி என்று மெசேஜ் விட்டிருந்தாள். அடுத்து இன்னொரு மெசேஜும் வந்தது. அதில் தேங்க்ஸ் என்று வந்திருந்தது. டீச்சருக்கு பைத்தியம் ஆரம்பமாகிவிட்டது என்று முடிவுக்கு வந்து விட்டான். பைத்தியத்தை சரியாக்க வேணும் என்றால் கூப்பிடுவதே சாலச் சிறந்தது என்று கூப்பிட்டான் மணிபாரதி. அவனுக்குத் தான் இனி பெண்ணிடம் பேசாமல் தூக்கம் வராதே!

-மேடம் தூக்கம் வரலிங்களா உங்களுக்கு? வலி இருக்கா இன்னும்?

-வலி லைட்டா இருக்குங்க. நீங்க இந்த நேரத்துல தூங்காம இருக்கீங்க? எனக்கு தூக்கம் இன்னிக்கி வரும்னு தோணவே இல்லைங்க.

-ஏன் என்னாச்சுங்க மேடம்? மாத்திரைகள் கலர் கலரா குடுத்திருப்பாங்களே. அதுகளை போட்டா தன்னப்போல தூக்கம் வந்திடுமே! அப்படின்னா நீங்க எதோ பிரச்சினையப்பத்தி யோசிச்சுட்டே இருக்கீங்க போல! அப்படின்னா தூக்கம் வராதுங்க.

-ஒன்னு கேட்டா தப்பா நினைக்க மாட்டீங்களே.

-கேளுங்க மேடம். நீங்க அப்படி என்ன தப்பா கேட்டுடப் போறீங்க!

-நீங்க நல்லவரா? கெட்டவரா? உடனே சொல்ல வேணாம் யோசிச்சு சொல்லுங்க!

-உங்களுக்கு எப்படி தெரியுதுங்க மேடம். அதை சொல்லுங்க!

-எனக்கு அதுல குழப்பம் வந்ததால தான் உங்களையே கேக்குறேன்.

-நான் கெட்டவன் தான் மேடம்.

-எப்படி இப்படி உடனே சொல்றீங்க? நான் நீங்க நல்லவன்னு சொல்வீங்கன்னு நினைச்சேன்.

-நல்லவங்க தான் நான் நல்லவன், நல்லவன்னு சொல்லீட்டே இருப்பாங்க மேடம். நீங்க கூட நல்லவங்கன்னு எந்த நேரமும் நினைச்சுட்டே இருப்பீங்க போல இருக்கு. அதான் காலையில் உங்க குரல் கேட்டுட்டே இருக்கலாம் போல இருக்குன்னு சொன்னதும் கட் பண்ணிட்டீங்க!

-இல்லங்க பஸ் வந்திடுச்சு கட் பண்ணிட்டேன்.

-மேடம்! மேடம்.

-ம் சொல்லுங்க மணிபாரதி. உங்க பேரை சொல்றதால சங்கடமில்லையே!

-ஒன்னும் சங்கடமில்ல சந்திரிகா! பொய் சொன்னா உடனே தெரிஞ்சிடும் எனக்கு. அதனால பொய் வேண்டாம். உங்களுக்கு உங்க குரலைப்பத்தி பேசுனது பிடிக்கலை. கட் பண்ணிட்டீங்க. நான் எப்பவும் இப்படித்தாங்க சந்திரிகா. தோணுணதை சொல்லிடுவேன் அதுல தப்பு இருக்கிறதா எனக்கு தெரியலை.

இப்பக்கூட சொல்வேன் ஒன்னு. கட் பண்ணிடுவீங்கன்னு தெரியும் உறுதியா. ஆனா சொல்வேன். மனசுல அப்படியே வச்சிட்டு அதை மறைச்சிட்டு உங்க கிட்ட பேசிட்டே இருக்குறது தானுங்க சந்திரிகா தப்பு. நான் வெளிப்படையா சொன்னா நீங்க கெட்டவன்னு சொல்றீங்க. நான் எதும் சொல்லாம நடிச்சுட்டு பேசிட்டு இருந்தா நல்லவன்னு நீங்களா நெனச்சுக்கறீங்க. யார் மேல தப்பு?

-நான் கட் பண்ணிடற மாதிரி என்ன இப்ப சொல்வீங்க? சொல்லுங்க பார்க்கலாம்!

-நீங்க அழகா இருக்கீங்க சந்திரிகா. எனக்கு உங்களோட பேசிட்டே இருக்கணும் போல இருக்கு! கட் பண்ணிட்டீங்களா சந்திரிகா?

-எனக்கு கல்யாணம் ஆகி செகண்ட் ஸ்டேண்டர்டு படிக்கிற பையன் இருக்கான்.

-அது எனக்கு தெரியாமத் தான் சொன்னேன்னு நினைச்சீங்களா? சரி நீங்க மனசுல ஒன்னும் வச்சிக்காம என் கிட்ட பேசிட்டு இருக்குறது பிடிச்சிருக்கு, குரல் நல்லா இருக்குங்க மணிபாரதின்னு சொல்லுங்க பார்க்கலாம். சொல்ல மாட்டீங்க நீங்க. நல்லவங்க நீங்க. நான் கெட்டவன்.

-உங்ககிட்ட நான் நிறைய கத்துக்கணும் போல இருக்குங்க மணிபாரதி! கிளாஸ்ரூம், பிள்ளைகள்னு அப்படின்னு இத்தனை நாள் என் உலகத்தை சுருக்கீட்டேன்.

-நீங்க சுருக்குங்க. பெருக்குங்க, ஆனா பேச்சை மாத்தாதீங்க சந்திரிகா!

-சரிங்க மணிபாரதி, அது எப்படி அத்தனை பேரு சும்மா வேடிக்கை பார்த்துட்டு இருக்கப்ப வண்டியை வரவெச்சு கூட்டிட்டு டாக்டர் கிட்ட போகணுமுன்னு உங்களுக்கு தோணுச்சு!

-ஏன்னா நான் கெட்டவன். நல்லவன் ஆயிரத்தெட்டு யோசனை பண்ணுவான். கூட்டிப்போனா கேஸ் வருமா? கோர்ட் படி ஏறணுமா? வம்பு வந்துடுமே! செத்துப்போனா பிரச்சினை பெருசாயிடுமே! இப்படி கொழம்பி சும்மா பார்த்துட்டு நிப்பான். ஆனா கூட்டிட்டு மனசுல போகணுமுன்னு நினைப்பான் அந்த

நல்லவன். அது உங்களுக்கு போதும். நீங்கெல்லாம் நல்லவங்க. எனக்கு என்னான்னா எங்க நான் உங்க கையைப் பிடிச்சு இழுத்துட்டு ரோட்டை கிராஸ் பண்ணுறப்ப முடியாது கையை விடுன்னு சொல்லிடுவீங்களோன்னு தான் பயமா இருந்துச்சுங்க சந்திரிகா. அப்புறம் அது இன்னம் மோசமாயிடும். அடி போட்டுத் தான் வேன் ஏத்தியிருப்பேன்.

-எனக்கு அங்கிருந்து போனால் போதும்னு ஆயிடுச்சுங்க மணிபாரதி. எவ்ளோ கேவலம். நாளைக்கி அங்க போய் நின்னு எப்படி பஸ் ஏறுவேன். என் வீட்டுக்காரன் எப்படி கெட்ட வார்த்தை அங்க பேசினான் தெரியுங்ளா? போக எனக்கு தலை சுத்தல் வந்திடுச்சு அப்பவே. ஜமாளிச்சுட்டு உங்க கூட வந்தேன். ரொம்ப தேங்ஸ் மணிப்ரதி! செலவு பண்ணியிருக்கீங்க எனக்கு. நான் தந்துடறேன் எவ்ளோன்னு சொன்னீங்கன்னா!

-இப்ப நான் நல்லவன்னா கட் பண்ணியிருப்பேன்.

-அப்ப நீங்க பண்ணின செலவெல்லாம் ஓசா எனக்கு? அப்ப இந்த கெட்டவன் என்கிட்ட என்ன எதிர்பார்க்குறான்? பாப்பாக்கு டியூசனா?

-பாப்பா டியூசனை விடுங்க சந்திரிகா, மணி பதினொன்னு ஆகப்போகுது. இந்த நேரத்துல அழகான பொண்ணு குரலை கேட்டுட்டு இருக்கேன். இது போதாதா எனக்கு!

-நல்லா ஐஸ் வச்சு பேசுறீங்க மணிபாரதி. எனக்கு இப்படியெல்லாம் பேசினாலே பிடிக்காது. ஆனா ஏனோ இன்னிக்கி கேட்டுட்டு இருக்கேன்.

-அப்ப எப்படி பிடிச்ச மாதிரி உங்ககிட்ட நான் பேசணும் சொல்லுங்க. ஓகே குட்நைட். உடம்பை பத்திரமா பார்த்துக்கங்கன்னு சொல்லிட்டு நான் தூங்கிடணுமா? அது உங்களுக்கு புடிக்குமா? எனக்காக உங்களை மாத்திக்காதீங்க சந்திரிகா. நீங்க அப்ப நீங்களாவே இருங்க. நான் நானாவே இருக்கேன்.

-என்னாச்சு நல்லாத்தான பேசிட்டு இருந்தீங்க? கோபம் வந்திடுச்சு போல?

-உங்களுக்கு உதவி செஞ்சதால நீங்க என்னமோ என்னைப் பத்தி உங்க அபிப்ராயத்தை மாத்திட்டீங்க போல! அந்த

இடத்துல வேற யாரு இருந்தாலும் உதவி செய்யற அளவுக்கு நான் கெட்டவன் இல்லீங்க சந்திரிகா. நான் உதவணும்னா அவங்களை ஒருமுறையாச்சும் பார்த்திருக்கணும். அப்புறம் அதை உதவினேன்னு நான் மனசுல நெனச்சிக்கவே மாட்டேன். அதனால நான் உதவி செஞ்சேன்னு என்கிட்ட நம்பிக்கையா பேசிட்டு இருக்காதீங்க.

-உங்களுக்கு கோபம் தான். அதான் இப்படி பேசுறீங்க மணிபாரதி. ஒன்னு சொல்லவா! எனக்கு நீங்க முதல் நாள் வீட்டுக்கு வந்து பார்த்தப்பவே ஏனோ பிடிச்சிருந்துது. நீங்க போன்ல பேசினப்ப பிடிச்சிருந்துது. குரல் அழகா இருக்குன்னு நீங்க சொன்னப்ப பயந்துட்டு கட் பண்ணிட்டேன். அப்புறம் சங்கடமா இருந்துச்சு. மதியம் போல சாரின்னு மெசேஜ் விட்டீங்க. திரும்ப கூப்பிட்டு கட் பண்ணதுக்கு சாரி கேக்கலாம்னு இருந்துச்சு. ஆனா அதுக்குள்ள ஈவனிங் அப்படி ஒரு சம்பவம் நடந்திடுச்சு.

நீங்க கையை பிடிச்சு கூட்டிட்டு போறப்ப நான் வந்தேன். வேற யாரு என் கையை பிடிச்சிருந்தாலும் வரமாட்டேன். இப்ப உங்களுக்கு நன்றி சொல்லத்தான் கூப்பிடலாம்னு தோணுச்சு. ஆனா முடியாம மெசேஜ் விட்டேன். போதுங்ளா மணிபாரதி. இப்ப உங்க கோபம் போயிடுச்சா? இன்னும் சொல்லவா? உங்க கிட்ட பேசிட்டு இருக்குறது இப்ப எனக்கு சந்தோசமா இருக்கு. உங்க குரல் அழகா இருக்கு. நீங்க கெட்டவனாவே இருங்க. நானும் இத்தனை நாள் நல்லவளா இருந்தேன். அதனால தான் என் வீட்டுக்காரன்கிட்ட ரோட்டுல அடி வாங்கினேன். கெட்டவளா ஆகணும்னா எப்படின்னு எனக்கு கத்துக் கொடுங்க நீங்க!

-செரிடி, உன்னை சீக்கிரம் கெட்டபிள்ளையா மாத்திடறேன். என்கிட்ட டியூசன் எடுத்துக்கடி!

-ஐய்யோ என்ன டி போட்டு பேசுறீங்க. என் வீட்டுக்காரன் தான் அப்படி கூப்பிட்டா எப்பவும் எனக்கு கோபம் வரும். ப்ளீஸ் சந்திரிகான்னே கூப்பிடுங்க நீங்க.

-சந்திரிகா வீட்டுக்காரன்னு சொல்றீங்களே ஏன் அப்படி மரியாதை இல்லாம பேசுறீங்க?

-எங்க குடும்பம் பவானில இருந்துச்சுங்க மணிபாரதி. நான் படிச்சது, ட்ரெய்னிங் போனது எல்லாம் அங்கதான். என்னை

அந்தாளுக்கு கட்டி வச்சப்ப விசாரிக்காம கட்டி வச்சிட்டாங்க. ஏற்கனவே அந்தாளுக்கு ஒரு மனைவி இருக்காங்க. அந்தக் குடும்பம் திருச்செங்கோட்டுல இருக்கு. என் கூட பவானில தனி வீடு பிடிச்சு ஆறு மாசம் தான் இருந்தாப்ல. எந்த நேரமும் குடிதான். குடிச்சிட்டா அந்தாளு கண்ணு மண்ணு தெரியாம அடிப்பான்.

தினமும் குடிக்க பணம் வேணுமுல்ல! என்னோட நகை எல்லாம் போச்சு. திடீருன்னு முதல் மனைவிகிட்ட போயிட்டான். எப்ப வந்தாலும் நான் யாருகூடவாச்சும் கிடக்கேனான்னு பாக்கவே வருவான். இப்ப ரெண்டு வருசமா என் தங்கச்சியை கட்டிக்குடுன்னு சண்டை கட்டீட்டு இருக்கான். நான் சரளையில இருக்குறதே தெரியாது அவனுக்கு. எப்படியோ தேடிவந்து பிடிச்சுட்டான். அவனை பார்த்தாலே பீட்டர் பயப்படுவான். ஆமாம் நீங்க குடிப்பீங்களா?

-இல்லங்க சந்திரிகா.

-ஒரு நாள் எனக்கு வலுக்கட்டாயமா ஊத்தி உட்டுட்டான் எனக்கு. வீடு பூராவும் வாந்தி பண்ணி நாஸ்த்தி பண்ணிட்டேன்.

-ஐய்யோ குடிகாரப் பொம்பளையா நீ? சரி நான் ஏதோ வெளிநாட்டுல உன் வீட்டுக்காரன் சம்பாதிச்சுட்டு இருக்கான்னு இந்த பொடிப்பயலுக நம்புற மாதிரியே நம்பிட்டேன். கோட்சூட் போட்டா ஒரு மதிப்பு தன்னப்போல வந்துடுது போல. போட்டோவுல ஜம்முன்னு இருந்தாப்புல. நான் சரளையில பாக்குறப்ப ஆளையே தெரியல எனக்கு. ஆனா எல்லாத்தையும் மறைச்சிட்டு பீட்டரோட இருக்கீங்க. பின்ன எப்படிங்க உங்களால டியூசன் சொல்லித்தர முடியும். நான் ஒரு கேனையன். டியூசன் எடுங்க மேடம்னு வந்து நின்னேன். இப்பத்தான் தெரியுது.

-என்னோட விசயங்களை நான் யாருகிட்டயும் இதுவரை சொன்னதே இல்லைங்க மணிபாரதி. உங்ககிட்டத்தான் மொதவாட்டியா சொல்றேன். ஏனோ எனக்கு பாரம் எறங்குனாப்புல இருக்குது. துன்பத்தை பகிர்ந்து கொள்னு இதுக்குத்தான் சொல்றாங்க போல. யாருகிட்ட நான் பழகினேன் பகிர்ந்து கொள்ள? யாரைக் கண்டாலும் மோசம் மோசம்னே பார்ப்பேன்.

-உங்க வளர்ப்பு அப்படிங்க சந்திரிகா. அதனால அப்படியே வந்துட்டீங்க!

-என்ன திடீருன்னு மறுக்காவும் மரியாதை வந்திடுச்சு உங்களுக்கு. வாங்க போங்கங்கறீங்க?

-சரி சந்திரிகா இதுக்கு முடிவு தான் என்ன? உன் வாழ்க்கை வீணாப் போயிட்டு இருக்கே! பையன் இருக்கான்னு சொல்லக்கூடாது. சரளை வரை வந்த உன் வீட்டுக்காரன் நாளைக்கு நீ தங்கிட்டு இருக்குற வீட்டுக்கு வந்து ரகளை பண்ண மாட்டான்னு என்ன நிச்சயம்?

-அதுக்கு எனக்கு எந்த சாமார்த்தியமும் இல்லைங்க மணிபாரதி.

-அவன் கூட வாழ உனக்கு இஷ்டமுன்னா சொல்லு அதுக்கு வழி பண்ணலாம்.

-ஐய்யே! ஊசைங்க அவன். அந்தமூனு நாள்ல கூட கூசாம என்னை அடிச்சு துன்பம் பண்ணுவான். அவுத்து வீசி கண்டதையும் பண்ணுவான். அவனுக்கு வெறி எப்பயும் அதுமேல தான். பக்கத்து வீடுகள்ள சத்தம் போட்டா மானம் போயிடுமேன்னு பல்லைக்கடிச்சுட்டு அழுவேன். என்னால என்ன பண்ண முடியும்?

-ஓ! அப்ப அவன் நல்ல மனுசன்.

-மயிரு மனுசன்!

-கெட்டபுள்ளை ஆயிட்டே சந்திரிகா நீ. சரி அப்படின்னா அவனை நீ நாலு அடி போடு. எப்பவும் நீ இருக்கிற பக்கம் வரமாட்டான்.

-அடிச்சுட்டா வரவே மாட்டானா? எப்படிங்க மணிபாரதி?

-ட்ரெய்னிங்ல கேள்வி கேக்க கூடாது சந்திரிகா. நீ செய்! அப்புறம் நான் சொன்னது நடக்கும்.

-சரிங்க பாஸ்.

-அது சரி. ஆமா எப்படி இருந்த நீ இப்படி ஆயிட்டே? போனவாரம் சந்திரிகா யாரோ! மணிபாரதி யாரோ! இந்த வாரம் இப்படி ஆயிடிச்சு. அடுத்த வாரம்? ஆனா நீ ரொம்ப அழகா

இருக்கே சந்திகா! இப்பத்தான் தெரியுது ஒன்னுமே தெரியாத அழகான துணிக்கடை பொம்மையுன்னு!

-ஏன் அழகா இருக்கீன்னு சொல்லீட்டே இருக்கீங்க? புரியில எனக்கு! அதான் மொதல்லயே சொல்லிட்டீங்களே!

-அது இடையில பிட்டு ஓட்டிப் பாக்குறது சந்திரிகா! வழக்கமா என்ன சொல்லணும்னா ஐய்யோ போதும் ஐஸ் வச்சதுன்னு சொல்லணும்.

-பயங்கர அனுபவமோ? நெசமாலுமே நீங்க கெட்ட பையன் தான்.

-அதுக்கு எதுக்கு அனுபவம். இத்தனை படம் பாக்குறோம் தெரியாதா? சரி சந்திரிகா என் பொண்ணு மேட்டரையும் கொஞ்சம் கவனிக்கறது தானே!

-வாங்குன வெலைக்கே வந்துட்டீங்க பாத்தீங்களா! உங்க பாப்பாவுக்கு என் தலைக்கட்டை பிரிச்சதும் கண்டிப்பா மேத்ஸ் சொல்லிக் குடுக்குறேன் போதுங்ளா பாஸ்? இப்ப நான் குட் நைட் சொல்லவா! தூக்கம் வருது.

-அதுக்குள்ளயா? இப்பத்தான கூப்பிட்டேன். விசயமா பேசினதால உங்க குரலை நான் ரசிக்கவே இல்லையே. அதை ரசிக்கணும்னா என்ன பண்ணலாம்? உங்களுக்கு பாட்டு பாடத் தெரியுமா?

-ட்ரெயினிங்கை ஒரே நாள்ல முடிச்சிடாதீங்க பாஸ். மிச்சம் இருக்கட்டும். குட்நைட்!

8. மரப்பல்லி

"வீட்டுக்கு போன் போட்டு சொல்லுடி தங்கம். அப்ப என்னை விட உன் வீடு தான் உனக்கு பெருசாப் போச்சா? இப்ப போன் போடறியா இல்ல நான் மேனேஜர் பேசுறேன்னு சொல்லி நானே பேசட்டா? இதுக்குப் போயி ஏன் இப்படி யோசனை உனக்கு?" லுங்கியை தூக்கி மடித்துக் கட்டிக் கொண்டு சமையல் அறையில் இருந்து வந்த ஜெனி டிவி ஓடிக் கொண்டிருந்தும் அதில் கவனமில்லாமல் சுவரை வெறித்துக் கொண்டிருந்த ப்ரியாவைப் பார்த்து சொன்னாள்.

ப்ரியா இதுநாள் வரை இரவு நேரத்தில் வீடு செல்லாமல் இருந்ததே இல்லை. அதுதான் அவளுக்கு எப்படி அம்மாவிடம் சொல்வது என்று புரியாமல் இருந்தது. சொல்லாவிட்டாலும் காணோமென்று கம்பெனிக்கு யாரேனும் கிளம்பி வந்துவிட்டால் சிக்கலாகி விடும். கம்பெனி தான் இரவு எட்டரை மணிக்கே சாத்தியாகிவிட்டதே. கேட் வாசலில் கூர்க்கா தான் நிற்பான். சொல்வது ஒரு பிரச்சினை இல்லை என்றாலும் வீட்டில் தகவலை எப்படிச் சொல்ல? வீட்டில் தான் போன் இல்லையே!

"ஜெனி வீட்டுல போன் இல்லை. அதான் யாருக்கு தகவல் சொல்லலாம்னு யோசனை பண்ணீட்டு இருக்கேன்" என்றவளுக்கு கிட்டே நெருங்கி "செல்லம்" என்று உதட்டில் முத்தம் கொடுத்து விட்டு சமையலறைக்கு சென்றாள் ஜெனி.

அக்கா சமீப காலமாக மணிபாரதி அண்ணனுடன் இரவில் பேசிக் கொண்டு வேறு இருக்கிறது. எனக்கு எதுவும் தெரியாது என்று நினைத்துக் கொண்டு தலையணைக்கு அடியில் வைத்தாலும் எடுத்துக் கொண்டு போய் விடுகிறது. அந்த அண்ணன் பாவம் அதுவே சாமியார் கணக்காக ரம்யாவை வைத்துக் கொண்டு இருக்கிறது. அதைப் போய் துன்பம் பண்ணிக் கொண்டு இருக்கிறாள்

இவள் கெடாத்தி! கட்டிக் கொடுத்த ஊரில் பிழைப்பை பார்க்க வக்கில்லாமல் இங்கே கிடந்து கொண்டு அட்டகாசம் பண்ணுகிறாள்.

அவளுக்கு ஒரு போனை வாங்கி கொடுத்திருந்தால் இந்த நேரம் தகவல் சொல்லி விடலாம். கடைசிக்கு மணிபாரதியையே கூப்பிட்டு விடலாம் என்று முடிவெடுத்தாள் ப்ரியா. நேரமும் மணி ஒன்பதை நெருங்கிக் கொண்டிருந்தது. கம்பெனி வேன் எட்டே முக்காலுக்கே ஊருக்குள் போய்விடும். இந்த நேரம் அம்மா காணவில்லை என்று கத்தலை ஆரம்பித்திருக்கும். இப்போதைக்கு தகவலை சொல்லி விடுவது தான் உசிதமென மணிபாரதியை கூப்பிட்டாள். அவனோ கட் செய்தான்.

மணிபாரதியிடம் ப்ரியா சின்ன வயதில் சரளமாய் பேசியதோடு சரி. வேலைக்கு என்று முதலில் பெருந்துறை செல்ல ஆரம்பித்ததுமே பார்த்தால் புன்னகைப்பதோடு சரி. மணிபாரதியாக வந்து பேசுவதோ இல்லை இவளாகப் போய் பேசுவதோ இல்லை. நினைத்துக் கொண்டிருந்த சமயத்தில் மணிபாரதியே திருப்பிக் கூப்பிட்டான்.

அண்ணா நான் ப்ரியா பேசுறேண்ணா!

சொல்லு ப்ரியா உங்க அம்மா இப்பத்தான் என் வீட்டுல இருக்குது. பஸ்சுல நீ வரலைன்னு சொல்லீட்டு. பஸ்சை விட்டுட்டியா? ஊத்துக்குளி வரவா? இல்லை சரளை ஸ்டாப்பிங் வரவா?

எங்க கம்பெனி மேனேஜர் வீட்டுல இருக்கேன்ணா. நைட்டு வரமாட்டேன். நாளைக்கு அவங்களுக்கு பெர்த் டே! தனியா ஆர்.எஸ்ல இருக்காங்க. அதான் அவங்க வீட்டுல இருக்கேன். அம்மாட்ட எதையாச்சிம் சொல்லி ஜமாளிச்சுடுங்கண்ணா! காலையில வந்துடறேன். அது புள்ளை ஓடிப்போயிட்டாள்னு ஊரு பூராவும் சொல்லிடும்.

மேனேஜர்ங்கறே? அதான் எனக்கே புரியல ப்ரியா! அவங்களுக்கு பெர்த் டேன்னா உனக்கு என்ன வேலை அங்கே? இது நல்லா இருக்கா உனக்கு?

அண்ணா அவங்க என்னை விட மூத்தவங்க. பேரு ஜெனி. கோயமுத்தூர்ல இருந்து இங்க வந்து தங்கியிருக்காங்க. அவங்க மாமன் கம்பெனிதான் நான் வேலை செய்யுற கம்பெனி.

"ஓ! அப்ப இருந்துட்டு காலையில வா நீ! நான் அம்மாட்ட சொல்லிக்கறேன். ஆனா எனக்கு நல்லதாப் படலை பார்த்துக்க சரி நான் வச்சிடறேன் ப்ரியா.

ப்ரியா போனை கட் செய்து விட்டு சமையலறை நோக்கிச் சென்றாள். ஜெனி குக்கரை இறக்கிக் கொண்டிருந்தாள். கீழே குக்கரை வைக்கும்வரை காத்திருந்தவள் ஜெனியை பின்னாலிருந்து கட்டிக் கொண்டு கழுத்தில் முத்தமிட்டாள்.

"வீட்டுக்கு தகவல் சொல்லிட்டியாடி? இன்னிக்கி விடியும் வரை உன்னை சாப்பிடப் போறேன். என்னை இப்ப கொஞ்சம் நேரம் சமையல் செய்ய விடு. இல்ல எப்படி செய்யுறதுன்னு கிட்ட நின்னு கத்துக்கடி. இத்தனை நாள் வீட்டுல இருந்திருக்கே சமையல் செய்யத் தெரியாதுன்னு சொல்றியேடி வெக்கமாயில்ல? லுங்கி அவுறுது விடுடி!"

"லுங்கி எங்க அவுறுது தனியா! நான் தான் அவுத்து விட்டேன் ஜெனி."

"ஏய் அங்க இப்ப கையை வைக்காதடி ப்ரியா! மூடு வந்துட்டா நேரா தூக்கிட்டு பெட்ரூம் போயிடுவேன்"

"தூக்கிட்டு போ ஜெனி. என்னை சாப்பிடு பசிக்கு"

"இப்ப விடப்போறியா இல்லியா? சின்னப் பிள்ளையாட்ட தான் நீ பண்ணுவே! போ போய் டிவி பாருடி. இல்லன்னா ப்ரிட்ஜ்ல வொய்ன் பாட்டில் இருக்கும். எடுத்து சிப்ஸ் கடிச்சுட்டு இரு" என்று ஜெனி சொன்னதும் திடீரென அவளை விட்டு விட்டு சமையலறை விட்டு வெளி வந்தாள் ப்ரியா.

"இதுக்கெல்லாம் கோபமாடி? சாரி சாரி" என்று வரிசையாய் சாரி சொல்லிக் கொண்டே பின்னால் வந்தாள் ஜெனி. ப்ரியா முகத்தை தூக்கி வைத்துக் கொண்டு போய் ஷோபாவில் நங்கென அமர்ந்தாள். ஜெனி நேராய் ப்ரிட்ஜ் அருகே சென்று அதை நீக்கி வொய்ன் பாட்டிலை வெளியே எடுத்தாள். இரண்டு ஆப்பிள்களை கையில் எடுத்துக் கொண்டு ப்ரியாவின் அருகில் வந்தாள்.

"ஏய் பன்னிக்குட்டி கேட்ச்" என்று ஆப்பிள் ஒன்றை வீசினாள். அதை நழுவ விட்டு விட்டு அதற்கொரு முறை வெறித்தாள் ஜெனியை ப்ரியா.

“சாரி சொல்லிட்டா உடனே சரியாயிடணும் பன்னிக்குட்டி! சும்மா பந்தா காட்டக்கூடாது” என்றவள் பாட்டில் மூடியைத் திருகி திறந்து விட்டு இரண்டு மடக்கு குடித்தபின் பிரியாவின் கையில் திணித்தாள்.

“ரெண்டு மடக்காவது குடி ப்ரியா. வேலை இருக்கு. குய்க்கா முடிச்சுட்டு வந்துடறேன்” என்றதும் ப்ரியா இவள் போக மாட்டாள் என்று பாட்டிலை வாயில் வைத்தாள். அப்படி! என்று சொல்லி விட்டு ஜெனி சென்றாள்.

அதே நேரம் மணிபாரதி வீட்டில் வசந்தியும் அவள் அம்மாவும் அமர்ந்திருந்தார்கள். மணிபாரதி ப்ரியா சொன்ன தகவலை அப்படியே தான் இருவரிடமும் சொன்னான்.

“இந்தப்புள்ளை ஏதோ தப்பு பண்ணுது மணி! நீ போய் அந்த மேனேஜர் வீடு ஊத்துக்குளியில எங்க இருக்குன்னு விசாரிச்சு ரெண்டு சாத்து சாத்தி இழுத்துட்டு வா மணி. இதெல்லாம் என்ன பழக்கம் புதுசா? கழுதை வயசாச்சு அறிவில்ல அவளுக்கு?” என்று ப்ரியாவின் அம்மா ஆரம்பித்தது.

“இதெல்லாம் ப்ரியாவை வேலைக்கு அனுப்புற போதே யோசிச்சிருக்கணும்மா நீங்க! இப்பப் போயி இழுத்துட்டு வான்னு சொன்னா எப்படி? ஊரு உலகத்துல நீங்க பார்த்தது கேட்டதே இல்லியா? சரி இப்ப என்கிட்ட கூப்பிட்டு சொல்லியிருக்காள்னா நீங்க எதாச்சிம் நினைச்சிக்கக் கூடாதுன்னு தான் சொல்லியிருக்கா”

“என் கிட்ட போனை கொடுத்திருக்கலாம் மணி நீ. உடனே கிளம்பி வரச் சொல்லியிருப்பேன். நீ மறுபடியும் கூப்பிடு அவளை நான் பேசுறேன்”

“அம்மா உடும்மா அவதான் காலையில வந்துடறேன்னு சொல்லிட்டாள்ள! வந்த பிறகு வீட்டுல உக்காத்தி வச்சு என்ன சொல்லணுமோ சொல்லு.” என்றாள் வசந்தி.

“காலையில அவ வரலைன்னா? இல்ல மாலையும் கழுத்துமா இன்னொருத்தனோட வந்து நின்னாள்னா?”

“அப்படி வந்தா உனக்கு செலவு மிச்சம் தானே! எனக்கும் தான் நகை போட்டு அனுப்புனே! என்னாச்சு? அவளாச்சிம் ஒரு நல்ல பையனை கட்டீட்டு சந்தோசமா இருக்கட்டுமே! மொதல்ல அவளை

நம்பும்மா! இல்லியா காலையில வந்ததும் வேலைக்கு போக வேண்டாமுன்னு சொல்லிடு" என்றாள் வசந்தி.

"நீங்க என்னம்மா நெனச்சிருக்கீங்க? சொல்லுங்க. இல்ல நல்ல மாப்பிள்ளை இருந்தா சீக்கிரம் கல்யாணத்தை முடிச்சு தாட்டி உடுங்க ப்ரியாவை" என்றான் மணிபாரதி.

"அவளுக்கு சாதகம் செரியில்ல மணி, கெரகம் நெறையா கழிச்சாத்தான் அமையுமாம். எந்தெந்த ஊருக்குப் போயி கழிச்சுட்டு வர்றது? எத்தனை காசு செலவு பண்ணுறது. அப்படியே அவளா கட்டிக்கிட்டாளும் இருக்கமாட்டாளாம் புருசனோட! நாலு எடத்துல பார்த்தோம் நாலு சோசியகாரனும் ஒன்னைக்கண்ட மாதிரியே சொல்றாங்க"

"சாதகத்தை எல்லாம் நம்பீட்டு இருக்கீங்களா இன்னும் நீங்க? இப்ப வசந்திக்கும் தான் சாதகம் பார்த்து கட்டிக் குடுத்தீங்க. என்ன ஆச்சு?"

"இவ திமுரெடுத்துப் போயி வந்து இங்க உக்காந்துட்டதுக்கு சாதகக்காரனை நாம கொறை சொல்ல முடியுமா மணி? கொஞ்சம் நாளு அப்படித்தான் இருக்கும். தன்னப்போல புறப்பட்டு போறாளா இல்லியானு பாரு."

"சாதகம் எல்லாம் பாக்க வேண்டாம் நீங்க. பேசாம சொந்தத்துல யாராச்சிம் மாப்பிள்ளை இருந்தா கோயில்ல பூக்கேட்டு சம்மதம் வந்தா கட்டிக் குடுத்துடுங்க"

"நான் ஒன்னு கேட்டா தப்பா நினைக்க மாட்டியே மணி?"

"கேளுங்க! தப்பா என்னத்தப்போயி நெனைக்கிறேன் நானு!"

"நீயே எங்க ப்ரியாவை கட்டிக்கிறியா?"

"ஏங்கம்மா உங்களுக்கு புத்தி கெட்டுப்போச்சா? என் வயசென்ன, ப்ரியா வயசென்ன? தெரிஞ்சு தான் பேசுறீங்களா? பிரியாவுக்கென்ன ஒரு இருபது இருக்குமா? எனக்கு முப்பத்தி ஐஞ்சு!"

"பாத்தா அப்படியா தெரியுது? நானென்ன நல்ல சாதகமா இருந்தா கட்டிக்குடுக்க மாட்டீன்னா சொல்றேன். அவ நேரம் அப்படி இருக்குது."

“சேரின்னு சொல்லுங்கண்ணா! நான் தான் அன்னிக்கே சொன்னன்ல ரம்யாவை பார்த்துக்க உங்களால முடியாதுன்னு. முந்தா நேத்து காச்சல்னு கெடந்தீங்க! உங்களுக்குன்னு ப்ரியா இருந்தா நான் கிட்ட வருவனா? அந்தண்ணன் யோசிக்குதும்மா! அது யோசிச்சுட்டு போச்சாது. ப்ரியாவை கட்டிக்க இனி கிளிக்குஞ்சு அழகனா வருவான். நீங்க காத்தால அவ வந்ததீம் சொல்லிடுங்க. மணியண்ணன் தான் புருசன்னு. கட்டீட்டு பாப்பாவை பார்த்துட்டு வீட்டுல இருக்கட்டும்” என்று இவனின் சம்மதம் இல்லாமலே வசந்தி பேசினாள்.

பெண்கள் இரண்டும் முட்டாள்தனமாக நம்பிக் கொண்டு பேசுவதை இடையில் நுழைந்து கெடுக்கக் கூடாது என்று மணிபாரதியும் விட்டு விட்டான். அவனுக்குத் தெரியும் ப்ரியா ஒருநாளும் இதற்கு சம்மதிக்க மாட்டாள் என்று. அப்படியே அவள் சம்மதம் சொல்லி விட்டாலும் என்ன கெட்டுவிடப் போகிறது? வாடி என் பொண்டாட்டி! என்று கட்டிக் கொண்டால் போகிறது.

“ஆமாம் மணி உன்னை பாக்கவும் எனக்கு ரொம்ப சங்கட்டமா இருக்குது. பாப்பாவை வச்சுட்டு நீயும் எத்தனை நாளா சிரமப்பட்டுட்டு இருக்கே! வரட்டும் காத்தாலைக்கி அந்தக் கழுதை. உள்ளூர் கோயில்லயே வச்சு கலியாணத்தை மூச்சுட்டாப் போவுது.” என்று வசந்தியின் அம்மா கிளம்ப வசந்தி, நீ முன்னால போ நான் வர்றேன்! என்று நின்று கொண்டாள்.

“எப்பிடியோ என் தங்கச்சிகாரியை கட்டிக்கப் போறீங்கண்ணா! எங்கம்மாட்ட பேசிட்டு இருக்கேன் அதுக்குள்ள என் மாரையே பார்த்துட்டு நிக்கறீங்க தின்னுடறாப்பல! எங்கம்மாக்கு துளி விசயம் தெரிஞ்சாலும் முண்டுக் கட்டையிலயே ரெண்டு பேர்த்தையும் சாத்தப்போவுது”

“அது சாத்துறப்ப பார்த்துக்கலாம். ஆமா என்ன ஒரே வாட்டியோட சலிச்சுப் போச்சா? போனை ரெண்டு நாளா காணோம்.”

“அதெப்படிண்ணா சலிக்கும்? எனக்கு ஆசையாத்தான் இருக்குது. அவதான் போனை அவ ப்ராவுல திணிச்சுட்டு தூங்குறாளே!”

“அவ தூங்குனா என்ன வீட்டுக்கு வர வேண்டிது தான!’

“இன்னிக்கி டாண்னு பதினொரு மணிக்கு வர்றேன். கதவை லாக் பண்ணீட்டு தூங்கிடாதீங்க”

“சரி, அதுவரைக்கும் நான் டிவில பொம்பளைங்க நடக்குறதை பார்த்துட்டு இருக்கேன்”

“எங்கம்மாவை தாட்டி உட்டுட்டு நிக்கேன் ஒரு முத்தம் குடுத்தீங்களா போனஸ்சா?” என்றவள் மணிபாரதியை நெருங்கி கட்டியணைத்து அவன் உதட்டில் முத்தமிட்டாள். அடுத்த நிமிடம் இவன் கை அவள் இடுப்பில் பிடித்து விளையாட ஆரம்பிக்கவும் அவளே தள்ளி விட்டு விட்டு, பதினொரு மணியண்ணோவ்! என்று சொல்லி வெளியேறினாள். மணிபாரதி டிவி முன் அமர்ந்தான்.

அதே நேரம் ப்ரியாவும் ஜெனியும் சாப்பிட்டு முடித்து கணக்கான போதையில் சாப்பிட்ட இடத்தைக்கூட சுத்தம் செய்யாமல் படுக்கைக்கு சென்றார்கள். ப்ரியாவுக்கு வொய்ன் முதலாக சாப்பிட்டதால் தலை கிறுகிறுவென இருப்பதாய் சொன்னாள். அதுக்குத்தான் குடிக்கிறது என்று சொன்ன ஜெனி கிங்பிசர் பியர் இரண்டை காலி செய்திருந்தாள். ஆனாலும் லுங்கியை சரியாய் தான் மடித்து கட்டியிருந்தாள். என்ன அடிக்கடி மடித்து மடித்துக் கட்டிக்கொண்டே இருந்தாள். ப்ரியா படுக்கையில் கைகளை விரித்துக் கொண்டு விழுந்தாள்.

“ஜெனி உம்மாக்குடு வா!” என்றாள் ப்ரியா.

“வர்றேன் இருடி பன்னிக்குட்டி, உன்கூட சேர்ந்து கொண்டாடி எனக்கும் எச்சாப் போச்சு! ஒரு குளியல் போட்டுட்டு வர்றேன் நீ சின்னத் தூக்கம் ஒன்னு தூங்குடி” என்ற ஜெனி பாத்ரூமிற்கு தள்ளாடிச் சென்றாள். அப்போது பார்த்து ஜெனியின் செல்போன் ஜிங்ஜிக்கா! ஜிங்ஜிக்கா! என்று அழைத்தது. ஜெனி திரும்பவும் சப்தம் எங்கிருந்து வருகிறது என்று நின்று கேட்டாள்.

ஷோபாவிற்கு அருகில் சப்தம் வரவே அதை நோக்கிச் சென்றாள். அருகிலேயே ப்ரியாவின் போனும் கிடக்கவே அதையும் எடுத்துக் கொண்டு பெட்ரூமுக்கே வந்தாள். தன் செல்போனை ஆன் செய்து விட்டு பேச மறந்து சென்றாள் ஜெனி. அது ஹலோ! ஹலோ! என்று கத்திக் கொண்டிருந்தது. ப்ரியாவின் போனை பத்திரமாய் டேபிளின் மீது வைத்து விட்டு மின்விசிறி சுவிட்ச்சைத் தட்டினாள்.

ப்ரியாவின் அருகில் சென்று படுக்கையில் அமர்ந்து கொண்டு செல்போனைக் காதில் வைத்தாள். ஹலோ ஹலோ! என்று கதிர்வேலன் தான் கத்திக் கொண்டிருந்தான் எதிர் முனையில். குரலைக் கேட்டதும் ஜெனி தெரிந்து கொண்டாள்.

-யார்றா நீ?

-ஜெனிங்களா?

-ஜெனி தாண்டா பேசுறேன். உனக்கு என்ன நெம்பர் வேணும்?

-ஹலோ போனவாரம் உங்ககிட்ட பேசியிருக்கேன். உங்க வாய்ஸ் இந்தமாதிரி கேக்கலையே!

-இதே மாதிரி எங்கிட்ட பத்துப்பேரு சொல்லியிருக்காங்கடா! நீ பதினொராவது ஆளு

-எனக்கு உங்களை பாக்கணும் போல இருக்குங்க ஜெனி.

-எதுக்குடா நீ என்னைப் பாக்கணும்? என்னை செய்யப்போறியா?

-ஏனுங்க ஜெனி இப்படியே என்கிட்ட பேசுறீங்க?

-தண்ணி போட்டிருக்கியாடா நீ? மப்புல என் சூத்துல அடிக்கலாமுன்னு நெனப்பு வந்துடுச்சாடா உனக்கு? ஏண்டா உனக்கு அன்னிக்கே என்னடா சொன்னேன் நானு! போனு பண்டுனீன்னா டங்குவாரை அத்துடுவன்னு சொன்னன்லடா!

-ஜெனி நான் தண்ணியெல்லாம் போட மாட்டனுங்க ஜெனி. அதெல்லாம் உடல் நலத்துக்கு தீங்குன்னு டிவில போட்டுட்டே இருக்காங்கள்ள!

“யாரு ஜெனி போன்ல? அவனை இங்க கூப்பிடு ஜெனி. ஒதைக்கலாம். உன்னை துன்பம் பண்றானா? டங்குவாரை கழட்டுறேன் வக்காலியெ!” ப்ரியா உருண்டு வந்து ஜெனி மடியில் தலை வைத்துப் படுத்துக் கொண்டாள்.

-டேய் நீ என்னை கட்டிக்கறன்னு சொன்னவன்ல! உங்கூரு எதுடா?

-ரெட்டிபாளையம்ங்க ஜெனி.

-பைக்கு வச்சிருக்கியாடா. மணி என்ன? ஒன்பதரை தான் ஆச்சா? டேய் நீ டாஸ்மார்க்குல கிங்பிசர் பீரு ரெண்டு வாங்கிட்டு வந்து இப்ப குடுடா! குடுத்தீன்னா நான் ஜன்னலுக்கு இந்தப்பக்கம் நின்னு லைட் போட்டு காட்டுவேன் எம்படதை. நீ பார்த்துட்டு போ!

-என்னமோ காட்டுறேன்னு சொல்றீங்களே ஜெனி என்ன காட்டுவீங்க?

-ம், என்னோட ஆல்பத்தை!

-நல்லா இருக்குமுங்ளா? குழந்தையா இருக்கப்ப புடிச்சு எடுத்த போட்டோங்ளா?

-மசுரு! கடையச் சாத்தீருவாங்கடா லூசு! என்று ஜெனி சத்தமிட, லூசு நானும் ஆல்பம் காட்டுறேண்டா தடியா! என்று ப்ரியாவும் சப்தமிட்டாள்.

-அதென்னமோ சத்தம் கேக்குதுங்களே? என்று கதிர்வேலன் கேட்கவும் போனை கட் செய்து விட்டு படுக்கையின் ஓரத்தில் வைத்தாள்.

“எவங்கூட ஜெனி சத்தம்? அவன் வர்றானா? வரட்டும் வெச்சிக்கறேன் அவனை. டவுசரை அவுத்து உட்டு முடுக்குறேன் பாரு” ப்ரியா கொஞ்சம் தெளிந்தது போல் இருக்கவே எழுந்து அமர்ந்தாள்.

“நான் போய் காக்கா குளியல் ஒன்னு போட்டுட்டு வர்றேன் ப்ரியா. அந்தப்பயல் வந்து கூப்பிட்டான்னா வீட்டுக்குள்ளார கூப்பிட்டு வச்சு மிதி. என்னைய கல்யாணம் கட்டிட்டு ஆடுகள் மேய்க்க உடுறானாம். கொழுப்புத்தான அவுனுக்கு?” என்ற ஜெனி எழுந்து இப்போது சரியாய் போனாள் பாத்ரூம் நோக்கி.

ப்ரியா படுக்கையிலிருந்து எழுந்தாள். இன்னம் கொஞ்சம் வொய்ன் குடிக்கலாம் என்று தான் இருந்தது. ஆனால் அந்த சுவை அவளுக்கு ஓமட்டிக் கொண்டு வருவது போலத்தான் ஒவ்வொரு மடக்கு குடிக்கும் போதும் இருந்தது. அது எப்படி ஓமட்டினாலும் இந்தத் திருகல் அவளுக்கு பிடித்திருந்தது. ஜெனியின் செல்போனை எடுத்துக் கொண்டு படுக்கை அறையை விட்டு முன் ஹாலுக்கு வந்தாள்.

குடித்துக் கொண்டே சாப்பிடுகையில் ஜெனி சொன்ன விசயங்கள் ஞாபகத்திற்கு வந்தன. அவள் அப்படி ஒன்றும் பெரிதாய் சொல்லவில்லை. இருவரும் திருமணம் செய்து கொண்டு வாழலாம் என்று தான் சொன்னாள். ஜெனிக்கு இவள் என்ன சொன்னாள் என்றுதான் ஞாபகத்திற்கு வரவில்லை. அப்படி யோசித்தாலும் இவள் சொன்ன பதில் என்னவெனத் தெரியவில்லை. இருந்தும்

ஜெனியோடு வாழும் வாழ்வு வாழ்வின் துக்கங்களை மறக்கச் செய்து விடும் என்பது மட்டும் தெரிந்தது. ஆனால் இந்தக் காரியம் யாருக்கும் பிடிக்கப் போவதில்லை தான். ஆனால் மற்றவர்கள் நினைப்புகளுக்காக வாழ்க்கை இல்லையே! குழந்தை ஒன்றை தத்தெடுத்து வளர்த்தலாம் என்று ஜெனி சொன்னதும் ஞாபகத்திற்கு வந்தது. அதுவும் பெண் குழந்தை தான் என்றாள் ஜெனி.

"ஜெனீஈஈ" என்று பாத்ரூம் நோக்கி கத்தினாள் ப்ரியா!

"ஏண்டி?" என்று ஜெனியும் இவளுக்கு கேட்கும் விதமாக கத்தினாள் பாத்ரூமிலிருந்து. கூடவே, "வந்துடறேன் குளிச்சாச்சு" என்றாள்.

"ஐ லவ் யூ" என்றாள் ப்ரியா.

"ஐ லவ் யூ பன்னிக்குட்டி" என்ற ஜெனி டவல் சுற்றிக் கொண்டு பாத்ரூமிலிருந்து வெளி வந்தாள். பீரோவை நோக்கி சென்றவள் அதை நீக்கி லுங்கி ஒன்றை எடுத்து அணிந்து கொண்டாள்.

"அந்த பேமானி இன்னம் கூப்பிடலையா?" என்று ஜெனி கூப்பிட்ட போது ஜிங்ஜிக்கா! என்று கத்தியது செல்போன். அவனுக்கு நூறு ஆயுசு! என்ற ப்ரியா போனை எடுத்தாள்.

-ஹலோ ஜெனி

சொல்லுடா பேமானி! ஜொள்ளு ஊத்தாதடா போனு ஈரமாகுது! என்ற ப்ரியாவை ஆச்சரியமாய் பார்த்தாள் ஜெனி.

-என்னங்க ஜெனி அதுக்குள்ள உங்க குரல் வேற மாதிரி கேக்குது எனக்கு!

-ஏண்டா, உனக்கு நான் வேணுமா என் குரலு வேணுமாடா? எங்கடா நிக்கே நீ?

-உங்க வீட்டு முன்னாலங்க ஜெனி. பீர் கேட்டீங்கள்ள கிங்பிசர். அது இல்லியாம். ப்ளாக் பேரல்னு சொல்லிக் குடுத்தான்.

-என்னடா போன்ல சத்தம் கீக் கீக்குனு? என்ன கலரு ஜட்டி போட்டிருக்கே? என்ன கலரு ப்ரா போட்டிருக்கேன்னு கேட்டு பதிவு பண்ணி நெட்டுல ஏத்துறதுக்கு பாக்கியாடா? நீ தாண்டா அன்னிக்கி காட்டுல ஆய் போற புள்ளைய வீடியோ எடுத்து நெட்டுல ஏத்துனவன்?

-நெட்டுன்னா என்னன்னே எனக்கு தெரியாதுங்க ஜெனி.

-வாங்கிட்டு வந்துட்டு அங்க ஏண்டா வெளியில நிக்கே? கேட் சும்மாதான் சாத்தியிருக்கும். தள்ளிட்டு வாடா, என்றவள் போனை கட் செய்து விட்டு ஷோபாவில் சாய்ந்தாள். வீட்டின் முன் பைக் சப்தம் கேட்டது. ஜெனி போய் கதவைத் திறந்தாள். அவள் மேலே முண்டாஸ் பனியன் அணிந்திருந்தாள். வண்டியை ஓரம் கட்டி விட்டு கதிர்வேலன் இரண்டு பாட்டில்களை தூக்கிக் கொண்டு வந்தான்.

"உன் பேரு என்னடா சொன்னே?"

"தமாஸ் பண்ணாதீங்க ஜெனி நீங்க. அதுக்குள்ள மறந்துடுவீங்களா?"

"உங்கூட எனக்கு என்னடா தமாசு வேண்டிக் கெடக்கு? சரி சொல்லாட்டிப் போ! டேய் எக்ஸ்சு! கூலிங் இருக்காடா பீர்ல?"

"விறுவிறுன்னு இருக்குதுங்க ஜெனி!" என்றவன் ஷோபாவிற்கு வந்து அங்கே நீட்டிக் கிடந்த ப்ரியாவை பார்த்து நின்றான்

"இந்தப்புள்ள கம்பெனில வேலை செய்யுற புள்ளை தானுங்க. இது ஏன் இங்க தூங்குது"

"என் பொண்டாட்டி என் வீட்டுல தூங்காம பின்ன எங்கடா போயி தூங்குவா?" என்றாள் ஜெனி. இவன் டேபிள் மீது இரண்டு பாட்டில்களையும் வைத்து விட்டு நின்றான். லுங்கியை மடித்துக் கட்டிக் கொண்டு கதவை லாக் செய்துவிட்டு வந்தாள் ஜெனி.

"கதவை ஏனுங்க ஜெனி லாக் போட்டீங்க? நான் ஊட்டுக்குப் போறேன். பீரு கேட்டீங்க வாங்கீட்டு வந்து குடுத்துட்டு போலாமுன்னு வந்தேன். ஆனா இதெல்லாம் குடிக்கறது தப்புங்க."

"அப்புறம் ஏண்டா எல்லாரும் போயி வரிசையில நின்னு வாங்கி குடிக்கறாங்க? உனக்கு குடிக்கத் தெரியாதுன்னு சொல்லு"! என்றவள் பாட்டிலை எடுத்து மூடியைக் கடித்து மேலே இழுத்தாள். நுரை போட்டுக்கொண்டு கொஞ்சம் வெளியே வந்தது பீர். நுரையை நுனி நாக்கால் தடவினாள். பின் இரண்டு மடக்கு குடித்து விட்டு டேபிளில் வைத்தாள் ஜெனி.

“ஏண்டா எக்ஸ் நின்னுட்டே இருக்கே? அவளை தள்ளி உட்டுட்டு உக்காரு போலாம். போன்ல மட்டும் இன்னம் சித்த பேசலாமுன்னு சொல்லுவே?” என்றாள்.

ப்ரியாவும் தூக்கம் கலைந்தவள் போல எழுந்து உட்கார்ந்து கண்களை தேய்த்துக் கொண்டு, “இவன் யாரு ஜெனி? மீசை வச்சிருக்கான்? சாமத்துல பவுடர் போட்டுட்டு, பேண்ட் போட்டுட்டு இன் பண்ணீட்டு வந்திருக்கான்?” என்றாள்.

“இவனை எங்கியோ பார்த்த மாதிரி உனக்கு தெரியிலையா ப்ரியா?”

“அட கம்பெனில பாத்திருக்கேன். குனிஞ்ச தலை நிமுறாம வேலை செஞ்சுட்டு இருப்பான்”

“என்னை கல்யாணம் பண்ணிக்கறன்னு சொல்லிட்டான். நான் இவன் வீடு போயி ஆடு மேய்ப்பேன். ஆடு குட்டி போடும். அதுக்கு இவன் அப்பன் ஆத்தா பேரு வச்சு கொஞ்சுவேன்.” என்று ஜெனி சொன்னதும் ப்ரியா எழுந்து கதிர்வேலன் கன்னத்தில் ஓங்கி ஒரு அறை அறைந்தாள். ஜெனியே இதை எதிர் பார்க்கவில்லை. அடுத்த அறை அவள் அறைவதற்குள் இழுத்து ஷோபாவில் அமர வைத்து அழுத்திப் பிடித்துக் கொண்டாள்.

“போடா, நின்னீன்னா போட்டுத் தள்ளீடுவேன்” என்றாள். கதிர்வேலனுக்கு ஒன்றும் புரியவே இல்லை. எதற்கு இவள் எழுந்ததும் அடித்தாள் என்றே தெரியவில்லை.

“இந்தப்பிள்ளைக்கு பைத்தியமுங்ளா ஜெனி?” என்றான் கதிர்வேலன்.

“டேய் உன் டவுசரை அவுத்து அனுப்புறேன் பார்டா இப்ப” என்று கொந்தளித்து எழுந்தவளை ஜெனி நான் பாத்துக்கறேன், என்று அழுத்தினாள். அடங்க மறுத்தவள் உதட்டில் வாய் வைத்து உறிஞ்சத் துவங்கவும் ஜெனியை இறுக்கி கட்டிக் கொண்டு அமைதியானாள் ப்ரியா. இவள் உதட்டை எடுத்துக் கொள்ள முயற்சித்தாலும் அவள் விடுவதாய் தெரியவில்லை. மீண்டும் முயற்சித்து பிரியாவை விலக்கினாள் ஜெனி.

“நீ போய் பெட் ரூம்ல படுடி பன்னிக்குட்டி”

"இவன் உன்னை காதலிப்பான். துன்பம் பண்ணுவான் உன்னை" என்றவள் கண்ணடித்ததும் தான் ஜெனிக்கு நிம்மதி வந்தது. நிஜமாகவே ப்ரியா போதையில் இருக்கிறாள் என்று நம்பி விட்டாள் ஜெனி.

"ஏனுங் ஜெனி நான் கிளம்பட்டுங்களா?" என்றான் கதிர்வேலன்.

"உனக்கு என்னடா அவசரம்? இப்படி உட்காரு" என்று ஷோபாவை காட்டினாள் ஜெனி. தயங்கி வந்து ஓரமாய் அமர்ந்தவனுக்கு இந்த வீட்டினுள் என்ன நடக்கிறது? என்ற குழப்பமே இருந்தது. ஜெனி என்னடாவென்றால் இந்தப்பிள்ளையை பொண்டாட்டி என்கிறாள்! அந்தப் பிள்ளையை பார்த்தவுடன் பைத்தியம் என்று தெரிகிறது. ஜெனி சொன்னது மாதிரியே லுங்கி கட்டியிருக்கிறாள். இருவரும் வாயைக் கடித்துக் கொள்கிறார்கள். இறுதியாக ஜெனியிடம் கேட்டுவிட்டே போய் விடலாம் என்று நினைத்துத் தான் அமர்ந்தான். அதாவது ஜெனி, என்னை கட்டிப்பியா? மாட்டியா?

"டேய் எக்ஸ், பயந்துட்டியா? ப்ரியா நல்லபிள்ளைடா! என்னை நீ லவ் பண்றது அவளுக்கு பிடிக்காது. அதனாலதான் உன்னை போட்டுத் தள்ளிடுவேன்ங்றா! எனக்கு ப்ரியான்னா உசுருடா எக்ஸ்."

"எனக்கு நீங்கன்னா உசுருங்க ஜெனி"

"இப்படி பேசுனீன்னா உன்னை அடிப்பா இவ! நீ வாங்கி கட்டீட்டு தான் போகணும்"

"எப்பவுமே எனக்கு புரியாத மாதிரியே பேசுறீங்க ஜெனி. என்னை உங்களுக்கு பிடிக்கலை அப்படின்னா நேரா சொல்லிடுங்க ஜெனி. எனக்கு உங்களை பிடிச்சுதுன்னு நேரா சொன்னேன். அதுக்காக இன்னொரு பொண்ணை உட்டு அடிக்கறீங்க. அந்தப் பொண்ணை நான் என்ன சொன்னேன்."

"சரி எக்ஸ், இந்தப்பொண்ணு என்னை லவ் பண்ணுது. அப்ப உனக்கும் இந்தப்பொண்ணை பிடிக்காதுல்ல! நீ ரெண்டு சாத்து சாத்தி இந்த வீட்டை விட்டு முடுக்குடா"

"ஏனுங்க எனக்கு பைத்தியம் புடிச்சுடுமுங்க ஜெனி. உங்க பொண்டாட்டிய நீங்களே வச்சு காப்பாத்துங்க. நான் போறேன்" என்று எழுந்தான்.

“டேய், அந்த ரெண்டு பீர் பாட்டிலுக்கு காசு வாங்கீட்டு போடா”

“அது உங்க ரெண்டு பேருக்கு என்னோட கிப்ட். கிறுக்குப் பிள்ளைகளா! நாட்டோட கலாச்சாரம் தெரியுமா உங்களுக்கு? ஒன்னுமே தெரியாத முட்டாள் மாதிரி பேசினா அடி முட்டாளா முடிவு பண்ணி கிண்டல் பண்ணி நக்கலடிக்கிறீங்களா? ஏங்க ஜெனி உங்களை விரும்புறேன்னு நான் உங்ககிட்ட சொன்னது தப்பா? ஏதோ என் ஆசையச் சொன்னேன். அதுக்கு எதுக்குங்க அத்தனை நக்கல்? நான் என்ன உங்களை ஃபக் பண்ணவா கூப்பிட்டேன்!

இப்படி தனி ரூம் எடுத்து தண்ணி போட்டுட்டு உட்கார்ந்துட்டு இருக்கீங்களே அதுக்கு என்ன வைப்ரேட்டரா யூஸ் பண்ணீக்கிறீங்க? உங்களுக்கு எவ்ளோ மதிப்பு குடுத்து பேசினேன். போடி வாடின்னு ஒரு தடவையாவது பேசினேனா? நீங்க அடே புடேன்னு பேசுனீங்க! நான் கோபப்பட்டேனா? இப்படி பேசுறதுக்குத் தான் படிச்சீங்களா? படிப்பு உங்களை இந்த நெலமைக்கா கொண்டு வந்து விடும்? ஒடம்புல நல்ல ரத்தம் இருக்குற வரைக்கும் நீங்க பண்றது எல்லாம் சரியாத்தான் படும். உங்களைப் பொறுத்தவரை நான் லூசா இருந்துட்டுப் போச்சாறேன் ஜெனி. ஆனா இந்தப்பொண்ணு என்னை அடிச்சுது பாருங்க. அது தான் மனசுக்கு கஷ்டமா இருக்கு.

“இந்த நேரத்துல பீர் கேட்டீங்க! சரி தமாசுக்கு கேக்கறீங்கன்னு வாங்கிட்டு வந்தேன். பார்த்தா மொதல்லயே குடிச்சுட்டு கிடக்கீங்க ஜெனி. இந்தப் பொண்ணு என்னை கேட்டுச்சுங்க ஜெனி. ஜட்டி என்ன கலரு? ப்ரா என்ன கலருன்னு கேட்டு ரெக்கார்ட் பண்ணி நெட்டுல போடுவனாம் நானு. என்னைப் பார்த்தா அப்படியா தெரியுது. பண்ணாதவனை தூண்டி உடுற மாதிரி பேசுதுங்க ஜெனி. மனசு பூராம் இத்தனை ஊசை வச்சிட்டு எப்படிங்க ஜெனி நானும் மனுசி தான்னு கம்பெனிக்கு வர்றீங்க! ரோட்டுக்கு வர்றீங்க? நாலு பேருகிட்ட நல்லா வேலை செய்னு சொல்லி வேலை வாங்கறீங்க!

உங்களுக்கு ஆம்பளைங்க மேல ஆயிரம் தப்பான அபிப்ராயம் இருக்கலாங்க ஜெனி. அதை உங்க மனசோட வச்சிக்குங்க. வெளிய காட்டாதீங்க. ஏன்னா எல்லாருமே அப்படி இருக்க மாட்டாங்க. நீங்க எப்படி ஒரு காரணம் வச்சிருப்பீங்களோ அது மாதிரி தப்பு பண்ணுற ஒவ்வொருத்தனுக்கும் ஒரு காரணம் இருக்கும். எனக்கு இந்தப்பொண்ணை அம்மணமா அவுத்துக் காட்டி அதை படம் பிடிச்சு நெட்டுல ஏத்திடணும்னு தோணுச்சுன்னா அதை செஞ்சு காட்டலின்னா நானெல்லாம் என்ன மனுசன்னு என்னை

கேட்டுக்கிட்டன்னா அது தப்பாவோ இல்ல சரியாவோ கூட முடிஞ்சிடும். இதுக்கு காரணம் யாரு?

அதனால யார் மேலயோ இருக்குற கோபத்தை என்கிட்ட காட்ட ஆரம்பிச்சீங்கன்னா நானெல்லாம் பாவம்ங்க ஜெனி. எனக்கு பொண்ணுகன்னா இப்படித்தான்னு பயம் காட்டாதீங்க! நான் ஏதாவது தப்பா பேசியிருந்தா மன்னிச்சுக்கங்க ஜெனி. ஏதோ உங்க மேல ஆசைப்பட்டேன். என்னை நீங்க விரும்பாட்டி போச்சாது. அதுக்கு ஒரு காரணத்தை எனக்கு சரியாச் சொல்லுங்க! நான் விரும்பின பொண்ணு இப்படி ஒரு காரணத்தை சொல்லி விலக்கிடுச்சு. அதனால அதை மொதல்ல நான் சரி பண்ணனும்னு பார்ப்பேன்.

காதல் யார் மேல எப்ப வரும்னு உங்களால சொல்ல முடியுமுங்ளா ஜெனி? அது எப்ப வேணாலும் வரும். எனக்கு உங்க மேல வந்துச்சு. அதுக்கு நான் உண்மையா இருந்தேன். இப்பக்கூட நீங்க ஏதோ தப்பான பொண்ணுன்னு உறுதியா என் மனசு சொல்ல மாட்டிங்குது. ஆனா எதோ தப்பு இருக்குது. அது நீங்களா முடிவெடுத்துக்கிட்ட விசயமா இருக்கலாம் ஜெனி. அதை நீங்க யார்கிட்டவாச்சும் ஷேர் பண்ணிக்காம இருந்தீங்கன்னா சிரமப்படப் போறது நீங்க தான். என்னை உங்க காதலனா நினைக்க வேண்டாம். ஒரு நண்பனா நினைச்சா உங்களால சொல்ல முடியுமுன்னா சொல்லுங்க ஜெனி.

ஏன்னா என்னைப்போல பசங்க காதலிக்கிறவ ஏமாத்திட்டு இன்னொருத்தனை கட்டிக்கிட்டாலும் அவள் அவன் கூடவாச்சும் நல்லா இருக்கட்டும்னு தான் நினைப்போம். காதல்ல விழுந்து கிடக்குற மனசு அப்படித்தான் யோசிக்கும் ஜெனி. உங்களுக்கும் காதல் வந்தால்தான் அது புரியும். இந்தப் பொண்ணு என்னை அடிச்சப்ப நீங்க துடிச்சிருப்பீங்க ஜெனி. எங்கே அந்தப் பொண்ணை உங்களை அடிக்கச் சொல்லுங்க பார்க்கலாம் இப்ப. நான் கொன்னுடுவேன்.

நீங்க பண்ணுறதை தப்பா சரியான்னு ஒரு நாளாச்சிம் யோசிச்சு பாருங்க ஜெனி. நாம எப்படி வந்தோம்னு தெரியுதுங்க ஜெனி. ஆனா எப்படி போகப் போறோம்னு தெரியாது. போனதுக்கு பின்னால ஊர் வந்து தப்பா பேசக்கூடாது. அதுல கவனமா இருக்கணும். ஊரே தப்பா பேசுற அளவுக்கு நம்ம நடத்தைகளும் இருக்கக் கூடாது. உங்களை ஏதாவது விதத்துல டிஸ்டர்ப் பண்ணியிருந்தா நான் சாரி கேட்டுக்கறேன்ங்க ஜெனி. அப்புறம் இங்க நடந்ததை நான் வெளிய

சொல்லிட்டு இருக்க மாட்டேன். நம்புங்க. சொல்லி சந்தோசப்படற அளவுக்கு இங்க ஒன்னுமே நடக்கலைங்க ஜெனி. பை!" என்றவன் கதவு நோக்கிச் சென்றான்.

"அண்ணா அடிச்சதுக்கு சாரிண்ணா. போன்ல பேசுனதுக்கும் சாரிண்ணா. என்னை மன்னிச்சுடுங்கண்ணா" என்றாள் ப்ரியா. ஜெனி தலையை இரு கைகளாலும் பிடித்துக் குனிந்தபடி இருந்தாள்.

"நான் யாரும்மா உன்னை மன்னிக்க!" என்றவன் கதவைத் திறந்து ஜெனி பார்ப்பாளா என்று ஒருகணம் தயங்கி நின்று பார்த்துவிட்டு கதவை சாத்திவிட்டு சென்றான். வெளியே பைக் புறப்படும் ஓசையை இருவரும் கேட்டார்கள்.

9. மரப்பல்லி

வேலைக்குப் போக வேண்டாம் இனிமேல் நீ! நீ வேலை செஞ்சு கிழிச்சது போதும்! என்று அம்மா சொன்னதும் தான் ப்ரியாவுக்கு திக்கென்று இருந்தது. காலையில் எட்டு மணியைப் போலத்தான் வீடு வந்து சேர்ந்தாள் அவள். வீட்டினுள் நுழைந்ததுமே அம்மா வெடி குண்டுகளாய் வீசினாள் இவள் மீது. திருப்பி அம்மாவுக்கு இவள் பதிலெதுவும் பேசவில்லை. பேசினால் சண்டையாகி விடும். அவளுக்கு உடனே ஜெனிக்கு தகவல் சொல்ல வேண்டும் என்றுதான் தோன்றியது.

ஆனால் அம்மா அடுத்த குண்டு வீசினாள் இவளுக்கு கல்யாணம் நடக்கப் போகிறது என்று. ஒரு இரவு வெளியில் தங்கி வந்ததால் இத்தனை களேபரங்கள் வீட்டில் நடக்கும் என்று ப்ரியாவுக்கு இப்போது தான் தெரிந்தது. அதற்கும் அவள் எதுவும் சொல்லாமல் சுவரில் சாய்ந்து உம்மென்று அமர்ந்து விட்டாள். வசந்தி தான் அவளுக்கு காபி கொண்டு வந்து கொடுத்தாள். அக்கா ஒரு நாளும் இப்படி காபி கொண்டு வந்து சமீப நாட்களில் கொடுத்ததே இல்லை. அதுவும் கூட அவளுக்கு புதிதாய் இருந்தது.

கலியாணத்தைப் பற்றி பேசுகிறார்கள் என்றால் ஒரே இரவில் மாப்பிள்ளையும் முடிவாகி இருக்க வேண்டும் என்று தான் நினைத்தாள். அதுவும் யாரென சீக்கிரத்தில் அம்மா சொல்லி விட்டாள். வீட்டில் எல்லோரும் முடிவுக்கு வந்து விட்டார்கள் என்பது அவர்கள் பேச்சிலேயே தெரிந்தது. அப்பா எதுவும் சொல்லப்போவதில்லை. அவர் தானுண்டு தன் வேலையுண்டு என்று தான் இருப்பார். அது அவர் பழக்கம். மணிபாரதி சம்மதம் சொல்லாமல் இவர்கள் இவ்வளவு தைரியமாய் பேச மாட்டார்கள். இவளும் ஒன்றும் சொல்லாமல் ஏற்கனவே ஒரு குழந்தைக்கு தகப்பனாய் இருப்பவனுக்கு கழுத்தை நீட்ட வேண்டும்.

இவளைக் கட்டிக் கொள்பவன் ஒரே வருடத்தில் செத்து விடுவான் என்ற சோதிடக்காரன் தகவலை மணிபாரதியிடம் இவர்கள் சொல்லி சம்மதம் வாங்கினார்களா என்பது மட்டும் தெரியவில்லை. அதை மறைத்து தில்லாலங்கடி வேலை செய்திருக்கிறார்கள் அம்மாவும் அக்காவும். அதை மணிபாரதிக்கு போய்ச் சொன்னால் திருமணத் திட்டத்திலிருந்து பின்வாங்கி விடுவான். யார்தான் ஒரு வருடத்தில் சுடுகாடு போக ஆசைப்படுவார்கள்? அப்படி மணிபாரதியைக் கொன்றுவிட இவர்களாக ஏன் திட்டமிட்டார்கள்? இல்லையென்றால் இப்படிக் கூட இருக்கும். ஏற்கனவே திருமணமாகி மனைவியை இழந்தவனுக்கு இவள் சாதகத்தின் தோசம் வேலை செய்யாது என்று எந்தக் கேனக் கிறுக்கனாவது சொல்லியிருப்பான். அது தான் மணிபாரதியை வலைக்குள் விழச்செய்திருக்கிறார்கள்.

இனி முடிவு செய்ய வேண்டியது நான் தான் என்று ப்ரியா யோசித்தபடி காலி காபி டம்ளரை கீழே வைத்தாள். வசந்தி அதையும் வந்து எடுத்துக் கொண்டு கழுவப் போனாள். அக்கா என்று சமீப நாட்களில் இவளைக்கூட கூப்பிடவே இல்லை தான். அவள் என்ன காரணமாய் புருசனிடம் வாழாமல் இங்கே வந்து கிடக்கிறாள் என்று ஒரு நாளும் அருகில் அமர்ந்து இவள் பேசியதே இல்லை. திமுருக்கு வந்திருக்கிறாள் என்றே நினைத்துக் கொண்டு அக்காவிடம் சரியாய் பேசுவதும் இல்லை. இப்போது ஏனோ அக்காவிடம் தனியே பேச வேண்டும் என்று தோன்றிய நினைப்பே அழுகையை வரவழைத்து விட்டது ப்ரியாவுக்கு.

சும்மா சுவரில் சாய்ந்து கொண்டிருந்தவள் திடீரென அழத்துவங்கியதும் அம்மா அதிர்ச்சியாய் பார்த்தாள். வசந்தி டம்ளரை அம்மா கையில் கொடுத்து விட்டு வந்து அருகில் அமர்ந்து, ஏண்டி கிறுக்கு வாக்குல அழுறே? என்று இவள் தலையைத் தடவவும் வசந்தியின் மடியில் முகம் புதைத்து சப்தமாக அழ ஆரம்பித்து விட்டாள். அம்மா டம்ளரை வீசி விட்டு வந்து அதுவும் அருகில் அமர்ந்து, கல்யாணம் பண்ணிக்கன்னு சொன்னது தப்பாடி? என்று புலம்பிக் கொண்டு அதுவும் ப்ரியாவின் முதுகைத் தடவியது.

எப்போதும் திட்டிக் கொண்டிருக்கும் அம்மாவைத்தான் கொஞ்ச காலமாக ப்ரியாவுக்குத் தெரியும். இப்போது அதுவும் பக்கத்தில் அமர்ந்து அழுவதை உணர்ந்தவள் அழுகையை சிறிது கூட குறைக்காமல் கேவினாள்.

"கிறுக்கு சொல்லீட்டு அழுடி எருமை. எதுக்கு அழுறாள்னே தெரியிலியே!" என்று அவள் தோளைப்பிடித்து தூக்கினாள் வசந்தி. அதற்குள் அவள் முகமே பூராவும் சிவந்திருந்தது. ஒரு நாள் கூட ப்ரியா அப்படி அழுததில்லை தான் வீட்டில். அம்மா மணிபாரதி வேலைக்கு கிளம்பி விட்டானா என்று பார்த்து வர எழுந்து ஓடியது.

"அக்கா நான் மோசமான தங்கச்சிக்கா உனக்கு. என்னை செருப்புல அடிக்கா! அடி! உன்னை அக்கான்னே கூப்பிடவே இல்லை நானு மூனு வருசமா. போனைக் கூட நீ எடுத்துக்கறீன்னு மொலைக்குள்ளார போட்டு வச்சிருந்தனக்கா! என்னை செருப்புல போடுக்கா! நானெல்லாம் ஒரு புள்ளைன்னு ஊட்டுல வச்சிருந்தீங்க! உன்னை ஒரு நாளாச்சிம் ஏன்க்கா கட்டிக் குடுத்தும் ஊட்டுல வந்து இருக்கீன்னு கேக்கவே தோணுல பாருக்கா! நான் என்னை மட்டுமே இத்தனை நாளூ நெனச்சிட்டனக்கா! அக்கா சாரிக்கா! சாரிக்கா! இன்னம் சித்த நேரம் உன் மடியில நான் படுத்துக்கறேன்க்கா!" என்றவள் படுக்கும் முன்னமே இழுத்து அழுத்திக் கொண்டாள் வசந்தி.

"என்னடி என்ன என்னமோ பேசுறே? நீ அக்கான்னு பேசாட்டி தங்கச்சி இல்லீன்னு ஆயிப் போயிடுமாடி! நீ சின்னப்புள்ள அதான் போனை ஒளிச்சு வச்சிட்டு விளையாடிட்டே உடுடி! அதுக்காவ இப்ப ஏண்டி அழறே? யாராச்சிம் எதாச்சிம் சொல்லீட்டாங்களா?" என்றாள் வசந்தி. இல்லை என்று மடியில் கிடந்தபடியே தலையாட்டினாள் ப்ரியா.

மணிபாரதியிடம் பறந்தடித்து ஓடிப்போய் நின்ற அம்மா அவன் கிளம்புவதற்கான ஆயத்தம் ஏதுமில்லாமல் லுங்கி பனியனுடன் இருப்பது கண்டு நிம்மதியானாள். பறந்தடித்து வரவும் அவன் தான் பெரிதாய் ஏதாவது நடந்து விட்டதோ என்று நினைத்தான்.

"ஏனுங்கம்மா இப்படி வர்றீங்க? ப்ரியா வந்துட்டாள்ள?"

"வந்துட்டா மணி, வேலைக்கி போக வேண்டாம்னேன். நீ தான் மாப்பிள்ளைன்னேன். அவ்ளோதான் சொன்னேன். அழுக ஆரம்பிச்சுட்டா! நீ தான் வந்து என்னன்னு கேளேன் ம்ணி. அவ எங்க கிட்ட ஒன்னும் சொல்லமாட்டா"

"நீங்க பயந்துக்கறீங்கம்மா! உடுங்க சித்த நேரம் அழட்டும்."

“இப்பிடிச் சொன்னா எப்பிடி மணி. அவ எதுக்கும் சின்ன வயசுல இருந்து அழவே மாட்டா! திட்டினாலும் திருட்டு முழி முழிச்சுட்டு போயிடுவா! அதான் பயந்தடிச்சுட்டு ஓடி வந்தேன்”

“எதா இருந்தாலும் அவளே சொல்லுவாங்கம்மா! கொஞ்சம் நேரம் விடுங்க. நான் அப்புறம் வர்றேன்”

“இன்னிக்கு வேலை இல்லியா மணி உனக்கு?”

“மழை தூறுது பாருங்க. புயல் இருக்குன்னு சொன்னான் டிவியில. போனாலும் மதியத்துக்கு மேல தான் வெய்யல் வந்தா போவேன்” என்று இவன் சொன்னதும் அம்மா கிளம்பிற்று. இவன் புதிதாய் துக்கம் வரப்போவதற்கான அறிகுறியை உணர்ந்தான்.

சில விசயங்கள் தானாகத் தேடிவந்து தான் நுழைந்து மன உளைச்சலை எல்லோருக்கும் கொடுக்கும். சிலவற்றை அவர்களாகவே உருவாக்கிக் கொள்வார்கள். இவர்களாகவே பெண்ணை தருகிறேன் என்றார்கள். இவர்களாகவே அது அழுது கொண்டு இருக்கிறது என்கிறார்கள். இவனாக அவர்கள் குடும்பத்தில் நுழைந்து சுமூகமாய் முடித்து வைக்க வேண்டும் என்று எதிர்பார்க்கிறார்கள். எந்தப் பெண்ணும் எதற்கு அழுகிறேன் என்று ஆணிடம் சொல்லிக் கொண்டு அழுவதில்லை. அவர்கள் அழத்தோணிய போது அதைச் செய்கிறார்கள். பின் அதற்கே வெட்கப்பட்டுக் கொள்கிறார்கள். இடையில் நுழைந்து ஏன் ஏன் என்றால் அழுகையை அதிகப் படுத்துவார்கள்.

வெளியே மழை சிணுங்கிக் கொண்டிருப்பதை பார்த்தால் இன்று முழுதும் விடாது என்பது போலத்தான் தெரிந்தது. டிவியில் சென்னையில் கனத்த மழை என்றார்கள். விவசாயம் எங்கெங்கு நடக்கிறதோ அங்கெல்லாம் தூறல் மழை தான். இங்கெல்லாம் மழை வருவதென்றால் புயல் உருவானால் தான். இந்த சிணுங்கல் மழையில் எல்லோரும் வீட்டினுள் அடைந்து கிடக்க வேண்டியது தான். இன்னமும் ஒரு வாரத்திற்கு டாக்டர்களுக்கு கூட்டமிருக்கும் இந்த சிணுங்கல் மழையால்.

மணிபாரதி இந்த மூன்று வருடங்களில் தனிமையை இந்த வீட்டினுள் உணர்ந்ததில்லை. புயல்கள் வருடம் தவறாது உருவாகி மழை தூறிக்கொண்டே தான் இதற்கு முன்பும் நிகழ்ந்திருக்கிறது. இன்று போலவே அப்போதும் இதே வீட்டில் கிடந்திருக்கிறான். அப்போதெல்லாம் தோணாத தனிமை உணர்வு இன்று மட்டும்

அவனை வசந்தியின் அம்மா வீட்டினுள் நுழைவதற்கு முன்பிருந்தே வாட்டிக் கொண்டிருந்தது.

மழைத் தூறலில் சூடாய் வடை சாப்பிட வேண்டும் போல் இருந்தது அவனுக்கு. செய்து கொடுக்க வீட்டில் ஆளில்லாத தருணங்களில் தான் எல்லா பொருள்கள் மீதும் ஆசை வருகிறது. தனிமையை விரட்ட ஓடிப்போய் வசந்தியின் குடும்பத்தில் நுழைந்து பிரியாவைப் போலவே ஓவென்று சிறிது நேரம் கண்ணீர் வடிக்கலாம் என்றிருந்தது. சாந்தி இறந்த அன்று தான் இவன் கடைசியாக அழுதது. அழாமல் அத்தனை சனத்தையும் இவனும் இவன் மாமனாரும் ஜமாளித்தார்கள். எப்படி ஆச்சு? என்று கேட்டவர்களுக்கெல்லாம் ஒரே பதிலை திரும்பத் திரும்ப சலிக்காமல் சொன்னான்.

கடைசியாய் சுடுகாட்டில் குழியில் மண்ணைத் தள்ளும் வரை கல் போலத்தான் இருந்தான். முதலில் மாமனார் தான் அந்த ஓலத்தை துவங்கினார் மகளே! என்று. அந்தக்குரல் இவன் காதில் நுழைந்ததுமே இவனும் வெடித்து விட்டான். இனி சாந்தி என்ற பெண் தன் வாழ்வில் இல்லை என்ற நினைப்பு அவனை உருகி அழவைத்து விட்டது. போனவ வரவா போறா! என்று யாரும் போய் அவன் தோளைத் தொடவில்லை. அழுது தீர்க்கட்டும் என்று அவனுக்காய் காத்து நின்றிருந்தார்கள். அன்றும் இதே போல் மழைத் தூறல் சிணுங்கட்டம் போட்டுக் கொண்டுதான் இருந்தது.

டிவியை போட்டு விட்டான் மணிபாரதி. அது கார்ட்டூன் நெட்வொர்க் சேனலில் இருந்தது. தண்ணீர் நிரம்பிய கண்ணாடித் தொட்டியில் நீந்திக் கொண்டிருந்த மீனை லபக்கென பூனை கையில் பிடித்துக் கொண்டு நாவை வெளியில் விட்டு ஒரு சுழற்று சுழற்றி விட்டு சமையல் அறைக்கு ஓடியது. மீனைக் காப்பாற்றி தொட்டியில் விட எலி படாத பாடு பட்டுக் கொண்டிருந்தது. இரண்டுக்கும் இடையில் சிக்கி மீன் விழி பிதுங்கியது. மணிபாரதி தன்னை மீனாய் உணர்ந்தான். பூனையாய் தன்னை உணர்ந்தவன் பலசாலியாகவும், எலியாய் தன்னை உணர்ந்தவன் தந்திரசாலியாகவும் இருப்பார்கள் என்று இவனாக நினைத்துக் கொண்டான்.

வசந்தி கையில் குடையுடன் இவன் வீட்டினுள் வந்தாள். கதவருகேயே நின்று கொண்டவள் குடையை ஓரமாய் விரிந்திருந்த நிலையிலேயே வைத்து விட்டு, அண்ணோவ்! என்றாள். இவன் என்ன என்பது போல அவளைப் பார்த்தான்.

“பழைய அரிசிச் சாக்கு இருந்தா எடுத்தாங்கண்ணா. காலைத் துடைக்காம உள்ள வந்தன்னா வீடு ஈரமாகும்” என்றாள். இவன் பக்கத்து அறைக்குள் நுழைந்து எடுத்து வந்து கதவருகே வீட்டினுள் போட்டான். வசந்தி அதில் பாதத்தை தேய்த்துவிட்டு வீட்டினுள் வந்தாள்.

“பாப்பாவாட்டமே நீங்களும் பொம்மை சேனல் பார்த்துட்டு இருங்க வெளங்கிடும்” என்றாள்.

“ப்ரியா இன்னம் அழுதுட்டு இருக்காளா?” என்றான்.

“இல்லைண்ணா. அம்மாதான் இப்ப அழுதுட்டு இருக்குது. அவ பாயில சும்மாதான் படுத்துட்டு இருக்கா! எனக்கே பாவமாப் போயிடுச்சுண்ணா! தீடீருன்னு இவ பாட்டுக்கு அழ ஆரம்பிச்சுட்டா! என்னன்னு நாங்க நெனச்சிக்கறது?”

“கடைசில என்ன தான் சொன்னா ப்ரியா? உங்கொம்மா இங்க ஓடிவந்து என்புள்ளை அழுததே இல்லீன்னு சொல்லிட்டு போச்சு.”

“என்கிட்ட சரியா அவ பேசவே மட்டாள்ணா! காபி கொண்டுபோய் குடுத்தேன். அவ்வளவு தான். அக்கா அக்கான்னு பாசம் பொத்துக்கிச்சு அவளுக்கு. கிறுக்கீண்ணா அவ. செல்போனை வேணும்னே இங்க ஒளிச்சு வச்சுட்டு படுத்தேன்னெல்லாம் சொல்லீட்டு அழறா! இன்னிக்கே எனக்கு செல்போன் வாங்கி குடுத்துடறேன்னு சொல்லிட்டாள். நீங்க இன்னம் வாங்கிக் குடுக்கறீங்க.”

“உனக்கென்னப்பா உன் தங்கச்சி இருக்கா! ரெண்டு பேரும் பாசமழையை புயல் மழையோட சேர்த்து பெய்யறீங்க. உங்கொம்மாவுக்கு என்ன வந்துச்சாம்?”

“எம்புள்ளை அழுது போட்டாளேன்னு அந்தக்கிறுக்கு அழுதுட்டு இருக்குது. நானும் அங்க உக்காந்து அழலீன்னா அடிச்சுப் போடுமாட்ட இருக்குது எங்கம்மா. அதான் எஸ்கேப்டா சாமின்னு இங்க ஓடியாந்துட்டேன். மழையடிக்குது, குளிரடிக்குது நாம லவ் பண்ணலாமா?”

“அவங்க ரெண்டு பேர்த்தையும் விட நீதான் இப்ப பேக்கு. காத்தால மணி ஒம்பதரை தான் ஆவுது. லவ் பண்ண நேரம் பாரு”

“காதலுக்கு நேரங்காலம் கிடையாதுண்ணா! குளூரடிக்குதேன்னு ஓடியாந்தா சும்மா இப்பத்தான் பிலுக்கறீங்களே” என்றவள் தூரமாய்ப் போவது போல் போக்கு காட்டி விட்டு பின்னால் இவனை இறுக்கிக் கட்டிக் கொண்டாள்.

“தங்கச்சிகாரியை கட்டிக் குடுக்க திட்டம் போட்டுட்டு நீ என்ன இப்படி பண்ணீட்டு இருக்கே?”

“ஏன் தங்கச்சியும் வந்தா உங்களுக்கு கசக்குதாண்ணா? வேண்டாம்னு எங்கம்மாகிட்ட அப்பவே சொல்றதுக்கு என்ன? வாயில பஜ்ஜியா வச்சிருந்தீங்க? அவ என்னை விட சூப்பர் பிகரு!”

“நான் ஏதாச்சிம் சொன்னனா? நீங்களா தங்கச்சிய கட்டிக்குடுக்கறேன்னு பேசிட்டு நைட்டு உடனே கம்பி நீட்டீட்டு போயிட்டீங்க. பேசறதுக்கு உட்டீங்களா? இப்ப அக்கா லொக்கான்னு அவ அழுததும் சூப்பர் பிகருன்னு சொல்றே!”

“அப்ப என் தங்கச்சியை கட்டிக்க உங்களுக்கு விருப்பம் இல்லியாண்ணா நெசமாலுமே?” வசந்தி மணிபாரதியைக் கட்டிக் கொண்டிருந்த பிடியை விட்டு விட்டு முன்புறம் வந்தாள். இவன் போய் ஷோபாவில் அமர்ந்தான்.

“சொல்லுங்கண்ணா! அவளை கட்டிக்க மாட்டீங்களா?” வசந்தியும் அவன் காலுக்கருகில் ஷோபாவை ஒட்டி அமர்ந்து கொண்டாள்.

“எனக்கென்ன வசந்தி கட்டிக்க சிரமம்? ப்ரியா இதுக்கு ஒத்துக்கணும்ல! நான் யாரையும் துன்பம் பண்ணமாட்டேன் வசந்தி. அவளுக்கு விருப்பம் இருந்தால் தான் நான் சரிம்பேன். அதனால என்னை விடு. போய் அவளைக் கேளு. சின்னப்பிள்ளை அவ அவளுக்கு என்ன தெரியும்னு என்கிட்டே பேசாதே! சரி டாண்ணு பத்து மணிக்கு நாம காதலிக்க ஆரம்பிச்சுடலாமா?”

“போங்கண்ணா! என் மூடையே கெடுத்துட்டீங்க. நாந்தான் பேக்கு மாதிரி உங்க கிட்ட அன்னிக்கி அவ போன்ல டொக்குப்படம் வச்சிருக்காள்ன்னு போட்டுக் குடுத்துட்டேன். அப்ப அவ தப்பான பொண்ணுன்னு நினைச்சிருப்பீங்க நீங்க”

“நீயா எதாச்சிம் யோசனை பண்ணீட்டு என்னை குழப்பிட்டு இருக்காதே வசந்தி. அந்தப்படம் செல்போன்ல வச்சிருக்கறவங்க

எல்லாம் தப்பான ஆளுகன்னு கிடையாது. அதெல்லாம் ஒரு ஜாலி. பின்ன எதுக்கு செல்போன்ல அத்தனை வசதி வச்சிருக்காங்க?"

"போங்கண்ணா நீங்க இப்படியும் பேசுவீங்க மாத்தியும் பேசுவீங்க. நான் வாய் கம்முன்னு இருக்காம ஒலறி வச்சதுனால தான் இப்படி ஆயிப்போச்சு"

"எனக்கு கோபம் வருது வசந்தி. உன் தங்கச்சிகிட்ட பேசிட்டு அப்புறம் என்கிட்ட கேளுன்னு சொல்லிட்டேன்"

"சரிண்ணா! நான் அவகிட்ட கேக்குறேன். நீங்க ஒன்னும் கோவப்பட வேணாம்"

"அதுக்குன்னு இப்பவே போயி கேட்டுடாதே வசந்தி. அதுக்கொன்னும் அவசரம் இல்ல. இப்பத்தான் அக்காளும் தங்கச்சியும் பாசத்தை புழிஞ்சிருக்கீங்க. என்னைப்பத்திப் பேசி புட்டுக்கப் போவுது. மணி பத்தாயிட்டு இருக்குது பாரு, இப்ப ஆரம்பிச்சம்னாத்தான் பன்னண்டு மணிவாக்குல நம்ம காதலை முடிப்போம்னு நெனைக்கிறேன்" என்றவன் தன் கையை கொண்டுபோய் அவள் கைச்சந்தில் நுழைத்து வசந்தியின் வலது மார்பகத்தைப் பற்றினான். வேறு சமயமாய் இருந்தால் அந்தக் கையை அழுத்திக் கொள்பவள் சும்மா டிவியை வெறித்துப் பார்த்தபடியே இருக்கவே கையை எடுத்துக் கொண்டான். வெளியே மழை சற்று வேகம் பிடித்திருந்தது.

"சாரிண்ணா அதே ஞாவகத்துல இருந்துட்டேன்" என்றவள் இவன் கையைப் பிடித்து தன் மார்புக்கு இழுக்க இவன் கையை பிடுங்கிக் கொண்டான்.

"இல்ல வசந்தி இந்த விசயத்துக்கு இறங்கறோம்னா ரெண்டுபேரு மனசும் அதே எண்ணத்துல இருக்கணும். கரண்ட்டு கட்டாயி கட்டாயி வர்ற மாதிரி மாத்தி மாத்தி வரக்கூடாது."

"அதான் சாரி சொல்லிட்டேன்லண்ணா. நீங்க கரண்ட்டு அது இதுன்னு சொல்றீங்க?"

"இந்தப் பேச்சை விடு வேற எது வேணாலும் பேசு வசந்தி." முகத்தில் இவனுக்குத் தெரிந்த மாற்றத்தைக் கண்டு வசந்தி அமைதியாகி விட்டாள். டிவியில் பூனை எலியை இன்றேனும் கொன்றே விடுவது என்ற முடிவில் முடுக்கி ஓடிக் கொண்டிருந்தது. மணிபாரதியின் செல்போன் சமையல் அறையில் கத்திக்

கொண்டிருந்தது. வசந்தி ஓட்டிப்போய் அதை எடுத்து வந்து இவனிடம் கொடுத்தாள்.

-ஹலோ யாருங்க?

-சுவத்துக்கு சுண்ணாம்பு அடிக்கிற ஆளா பேசுறது?

-அட! இன்னொருக்கா சொல்லுங்க அழகா இருக்குது கேட்க!

-உனக்கு அழகாத்தான் இருக்கும் எதைக் கேட்டாலும் இனி!

-யாருடி நீயி காத்தால எடக்கு மடக்கா பேசீட்டு? என்ன வேணும் சொல்லு உனக்கு? ஊடு பூசோணுமா? இல்ல உன்னைப் பூசோணுமா?, என்று மணிபாரதி டென்சனாய் பேசியது கண்டு வசந்தி எல்லாம் தன்னால் தானோ என்று அவன் தொடையைப் பிடித்து அழுத்தினாள்.

-மிஸ்டர் என்ன வாயி நீளுது?

-நீ சரியா பேசியிருந்தா சரியா அது இருக்கும் நீளாது! சுவத்துல சுண்ணாம்பு அடிக்கிற ஆளுன்னு இன்னிக்கித்தான் தெரியுமாடி உனக்கு? அப்ப கக்கூஸ் வழிக்கிறவனை பீ வழிக்கிறவந்தாண்டா நீயுன்னு கேப்பில்லடி நீ! என்ன ஒரு தெனாவெட்டு உனக்கு? நீ என்ன செறைச்சுட்டு இருக்கியா? இல்ல மசுரு புடுங்கீட்டு இருக்கியா?

-சரி உங்கூட எனக்கென்ன சண்டை! எம் பொண்டாட்டிய கட்டிக்கப் போறவன் நீதானாமா? எப்படி அடுத்தவம் பொண்டாட்டிய கட்டிக்கறக்கு சம்மதஞ்சொன்னே?

-யாருடி நீ? பைத்தியம் முத்திப் போச்சுன்னா உன்னை டாக்டர்கிட்ட கூட்டிட்டு போறதுக்கு கூட ஆள் இல்லியா அங்க?

-டேய் லூசு அதையே தான்டா நானும் சொல்றேன். ப்ரியா எம் பொண்டாட்டிடா. அவளை உனக்கு கட்டிக்குடுக்கறதுன்னு என் மாமியாகாரி சொன்னாளாம். இனி வேலைக்கும் போவக் கூடாதுன்னு சொல்லிப் போட்டாளாம். ஐதரலி காலத்து மேட்டரெல்லாம் பண்ணிட்டு இருக்க வேண்டாமுன்னு உன் பக்கத்தூட்டுல சொல்லி வை.

“யாருண்ணா அது? யாருன்னே தெரியாம இவ்ளோ நேரம் பேசிட்டு இருக்கீங்க?” என்ற வசந்தியைப் பார்த்து ஆள்காட்டி விரலை வாயில் வைத்துக் காட்டினான்.

-சரி பிரியா உன் பொண்டாட்டின்னா நீயே வெச்சுக்கோ. அதுக்கு எனக்கு ஏண்டி போனைப் போட்டு தாளிச்சுக் கொட்டுறே?

-நாங்க லெஸ்பியன் தம்பதிகள்!

-லெஸ்பியன்னா ஆப்ரேசனா?

-டேய் லூசு லெஸ்பியன்னா ஆம்பளைங்களை ஒதுக்கீட்டு நாங்க மட்டும் தனியா வாழ்றது. நீ சுண்ணாம்பு அடிக்கிறவன். லெஸ்பியன்னா ஆப்ரேசனான்னு கேக்குறான் முட்டாள்!

-அதை ஏண்டி லெஸ்பியன்னு சொல்றே சுண்ணாம்பு அடிக்கிறவங்கிட்ட? பொம்பளையும் பொம்பளையும் நோண்டிக்கறதுன்னு புரியறமாதிரி சொல்லு. அப்பத்தான் என் மண்டையில ஏறும். சரி புள்ளை எப்படி பெத்துக்குவீங்க?

-டேய் அதையெல்லாம் நாங்க பாத்துக்குவம் நீ இறுக்கீட்டு கம்முன்னு இருந்தீன்னா போதும். ப்ரியாவை போயி டார்ச்சர் குடுத்துட்டு இருந்தீன்னா உன் டங்குவாரை அத்துடுவேன். அதைச் சொல்லத்தான் உன்னை கூப்பிட்டேன்.

-சரீங்க எசமானியம்மா! எனக்கு என் டங்குவார் பத்திரமா இருந்தாப் போதும்!, என்றவன் போனை கட் செய்து விட்டு வசந்தியின் முகம் பார்த்தான். அவள் ஏற்கனவே இவனை குழப்பமுடன் பார்த்தபடி தான் இருந்தாள்.

“எதாச்சிம் பிரச்சினை வரும்னு காத்தாலயே நெனச்சேன். மதியத்துக்குள்ள வந்திடுச்சு! நானா எதையும் தேடிப்போகலை ஆனா தானா வருது.”

“எவள்ணா அவ? என்ன சொல்றா?”

“நேத்து நைட்டு இவகூடத்தான் இருந்திருக்கணும் உன் தங்கச்சி. கம்பெனி மேனேஜர்னு சொன்னாள் நைட்டு. அவ என்னடான்னா ப்ரியாவை அவ பொண்டாட்டிங்றா! இதுக்கு நான் சம்மதம் சொன்னா என் டங்குவாரை அத்துடுவேன்ங்றா! தேவையா எனக்கு இது! எப்படியோ கோர்த்து உட்டுட்டீங்க. கண்டவ எல்லாம்

என்னை கூப்பிட்டு திட்டறா! அட இவ ஒரு ஆம்பளை கூட பழக்கம் பண்டி வச்சிருந்தாலாச்சிம் கட்டிக் குடுத்துடலாமே! பொம்பளை கூட எப்படி மகராசியா பொழைன்னு தாட்டி உடறது?"

"நான் போயி அவகிட்ட என்னன்னு கேக்கட்டாண்ணா. எங்கம்மா காதுல கேட்டா என்ன ஆகும்? இல்ல ஊர்ல காதுல கேட்டவங்க என்ன பேசுவாங்க? எனக்கு அப்பும் சந்தேகமண்ணா. இவ செல்போன்ல பொம்பளையும் பொம்பளையும் கெடக்குற படமாவே வச்சிருந்தா! இவ ஏன் இப்படி கூறு கெட்டு போயிட்டா?"

"என்னையக் கேளு நீ. ஏன்னா எனக்கு எல்லாம் தெரியும் பாரு. சரி போயி அவளை தாட்டி உடு இங்க. நான் பேசிப் பார்க்கிறேன். எனக்கு தலையும் புரியல வாலும் புரியல. அவ வாயத் தெறந்து சொன்னாத்தான் தெரியும்" என்றான். வசந்தி எழுந்து கிளம்பினாள்.

மணிபாரதிக்கு லெஸ்பியன் பழக்க வழக்கம் என்று முதலாக கேள்விப்பட்டது கள்ளியம்புதூர் தறிக்குடோனில் நடந்த விசயம் தான். தறிக்குடோன் ஓனர் சம்சாரம் தான் குடோனில் வேலைக்கு வரும் பெண்களில் அழகான பதினைந்து வயதுப் பெண்ணை தேர்ந்தெடுத்து மாலை ஆறு மணி என்றதும் தன் ரூமுக்கு கூப்பிட்டு கதவை லாக் செய்து கொள்ளுமாம். ஆரம்பத்தில் கால்வலிக்கு எண்ணெய் தடவுவதில் தான் ஆரம்பித்ததாம். எதற்குமே ஒரு ஆரம்பம் இருக்குமல்லவா!

அந்தப்பெண்ணுக்கு துணிமணியிலிருந்து ஏகபோக கவனிப்பை அந்த முப்பத்தி ஐந்து வயது அம்மாள் பார்த்துக் கொள்ளுமாம். அவளுக்கு குழந்தை இல்லை. அவள் கணவன் பிள்ளை மாதிரி அவளை பாத்துக்கறா! என்றே குடோனுக்குள் சொல்வானாம். தினமும் ஆறுமணி என்றால் இந்தப்பெண் போவதும் கதவு சாத்தப்படுவதும் கண்ட தறியோட்டிகள் எப்படியோ விசயத்தை பார்த்து விட்டார்கள்.

அது கள்ளியம்புதூர் முழுவதும் பரவி பக்கத்து ஊர்களுக்கெல்லாம் செய்தியாய் போய்ச் சேர்ந்து விட்டது. மணிபாரதி காதுக்கும் அந்த செய்தி வந்து ஐந்து வருடம் இருக்கலாம். அந்த சமயத்தில் ஈரோட்டில் கூட அப்படி மூன்றுபேர் வாழ்வதாக தகவல் கிடைத்தது. அதைப்பற்றியெல்லாம் அப்போது மணிபாரதி பெரிதாய் எடுத்துக் கொள்ளவில்லை. அது அவர்கள் சவுரியம் என்று நினைத்தான்.

இப்போது தனக்கு அருகில் இப்படி நடந்துவிடும் என்று எதிர்பார்க்கவே இல்லை. மலையாள பிட்டுப்படங்களில் பெண்கள் இருவர் தங்கள் மார்பகங்களை கசக்கிக் கொண்டு உருளுவதை பார்த்திருக்கிறான். பெண்கள் உருளுவதை ஆண்கள் ரசிப்பதில்லை. அந்த நடிகைகள் எல்லாம் காசுக்காக உருளுகிறார்கள். காசு வந்ததும் அடுத்த படத்தில் அடுத்தவளுடன் உருளப் போய் விடுகிறார்கள். அதை ரசித்துப் பார்க்க கேரள வாலிபர்களும் கிழவர்களும் எந்த நேரமும் தயாராய் இருக்கிறார்கள். இனி ஆணோடு ஆண் கட்டிலில் உருளும் படங்கள் கேரளாவில் வந்தால் கேரளத்து பைங்கிளிகள் திரையரங்க வாசலில் வரிசையில் நிற்பார்களோ என்னவோ!

அம்மா, தங்கை இருவரையுமே வசந்தி இழுத்துக் கொண்டு வந்தாள் இவன் வீட்டுக்கு. அம்மாவும் அக்காவும் கூடவே இருந்தால் ப்ரியா வாயை திறக்கவே போவதில்லை என்பது இவனுக்கு உறுதியாகி விட்டது. ப்ரியா இளநீல வர்ண சுடிதாரில் இருந்தாள். மழைத்தூறல் அங்கங்கே பட்டு நீலவர்ணத்தை கூட்டிக் காட்டியது. இவன் ஷோபாவிலிருந்து எழுந்து சேர் ஒன்றை எடுத்து வந்து போட்டு டிவிக்கு முதுகு காட்டி உட்கார்ந்து கொண்டான். வந்தவர்களை ஷோபாவில் அமரச் சொன்னான். அம்மா இன்னும் கண்ணீர் சிந்திக்கொண்டே இருந்தது.

ப்ரியாவை இவன் அதிகம் உற்றுப் பார்த்ததே இல்லை இதுநாள் வரை. ரோட்டில் தேங்காய் மூடியில் ஈரமண்ணை கொட்டி அரை இட்லி சுட்டுக் காட்டிக் கொண்டிருந்த குட்டிப்பெண் ப்ரியாவாகவே தெரிந்தாள். நெடு நெடுவென ஒட்டி நின்றால் இவன் உயரத்துக்கே இருப்பாள் போலிருந்தது. இவனை நேரே பாராமல் தலைகுனிந்து அமர்ந்திருந்தாள். தலைகுனிந்து சாலையில் பெண்கள் சென்றாலே இவனுக்கு பிடிக்காது. ஆயிரத்தெட்டு தவறுகளை அவர்கள் செய்பவர்களாக இருக்கிறார்கள். அது ப்ரியாவைப் பார்த்ததும் மீண்டும் உறுதியாயிற்று. அவர்கள் இவன் ஏதாவது பேசுவான் என்று எதிர்பார்த்து இவன் மௌனமாக இருக்கவே வசந்தியே ஆரம்பித்தாள்.

“நான் கேட்டுட்டேன்ணா! இவ உங்களை இல்ல யாரையுமே கட்டிக்க மாட்டாளாம்”

“அப்புறம் விசயத்தை வீட்டுலயே முடிச்சிட்டீங்கள்ள! இனி என்ன பேச?”

“நீங்க பேசிப் பாருங்கண்ணா! என்ன சொல்றாள்னு கேளுங்க”

“நான் பேசிக்கறேன் வசந்தி நீங்க இருந்தா ப்ரியா என்கிட்ட என்ன சொல்லும்? ஒன்னும் சொல்லாது. நான் உன்கிட்ட என்ன சொன்னேன். ப்ரியாவை தாட்டி விடுன்னு தான் சொன்னேன். நீ என்னடான்னா அம்மாவையும் கூட்டீட்டு நீயும் வந்திருக்கே! ப்ரியாவுக்கு பாதுகாப்பா வந்திருக்கீங்களா நீங்க?” என்று இவன் சொன்னதும் அம்மா எழுந்து வசந்தியை கூட்டிக் கொண்டு போனது. அவர்கள் வாசலுக்குச் சென்றதும் ப்ரியாவைப் பார்த்தான் இவன். அவள் இன்னமும் தலைகுத்தியே அமர்ந்திருந்தாள்.

“ப்ரியா இப்ப நல்லா உட்கார்ந்து என்னைப் பார்த்து பேசு. உன் வீட்டுல எல்லாரையும் தாட்டி உட்டுட்டேன். உன்னோட ஊட்டுக்காரன் இப்பத்தான் என்கிட்ட பொம்பளை குரல்ல பேசினாரு”

“அது ஆம்பளை இல்ல பொம்பளை தான் மணிபாரதி. உங்களை பேர் சொல்லி நானு கூப்பிடலாம்ல. இத்தனை நாள் அண்ணா அண்ணான்னு கூப்பிட்டு இருந்தேன். அதுக்கு நீங்க என்னை தங்கச்சின்னு நினைச்சிருக்கணும். கட்டிக்க சம்மதம் சொல்லியிருக்கீங்க. இனிமேல் அண்ணான்னு கூப்பிட முடியாது. எங்கம்மா அதைத்தான் படிச்சுப்படிச்சு சொல்லி கூட்டிட்டு வந்துச்சு. அண்ணான்னு கூப்பிட்டா நீங்க கட்டிக்க மாட்டிங்களாம் மணிபாரதி.”

“எனக்கு நேத்து நைட்டுல இருந்து கெரகம் புடிச்சிருக்குமாட்ட இருக்குது ப்ரியா! அந்தக் கெரகம் என்னை போட்டு இனி ஆட்டாம உடாது போலத்தான் இருக்குது. சரி உங்கக்கா வேற ஒன்னும் சொல்லி கூட்டிட்டு வரலியா? மணிபாரதி உதட்டுல கிஸ் குடுத்தான்னா பத்து நிமிசம் உறிஞ்சி எடுத்துடுவான். முட்டீட்டு வீட்டுக்கு ஓடி வந்துடாதேன்னு சொல்லுலியா?” என்று இவன் கேட்டதும், இல்லை என்றே தலையாட்டினாள்.

“எல்லாரும் என்னை என்னதாண்டி நினைச்சிருக்கீங்க? நீ ஒரு போனு நைட்டு பண்ணதுல இருந்து துன்பமா வந்துட்டு இருக்கு! நிம்மதியாக் கிடந்தவனை இழுத்து உட்டு வேடிக்கை பாக்கறீங்களாடி? உங்கொம்மாளும் உங்கொக்காளும் என்னடான்னா உன்னை கட்டிக் குடுத்துடறேன்னு சொல்லிட்டு போறாங்க. எவளோ ஒரு பைத்தியகாரி போனை பண்ணி நீ சுண்ணாம்பு பூசுறவன் தானடாங்கறா! டங்குவாரை அத்துப் போடுவங்றா! நீ என்னடான்னா வந்ததீம் மணிபாரதிங்கறே? ஒரு மனுசனை பைத்தியகாரன் பண்டி

உட்டுருவீங்கடி பொம்பளைங்க ஒன்னு சேர்ந்தா! உங்கொக்கா என்னடான்னா அண்ணான்னா அப்பவே செய்யோணுமுன்னு எனக்கு சொல்றா! நான் தான் இனி உங்களுக்கு பயந்து ஊட்டை காலி பண்ணீட்டு போயிடணும் போல இருக்கு. சொல்லுடி. திருதிருன்னு என்னை பார்க்காதே! வித்தாரகள்ளி வெறவுக்குப் போனாளாம் கத்தால முள்ளு கொத்தோட ஏறுச்சாம்!"

"நான் ஊட்டுக்குப் போறேன் மணிபாரதி. என்னை கட்டிக்க முடியாது. கட்டிக்கிட்டாலும் வீணா உன் உசுரு ஒரே வருசத்துல மேல போயிரும். என் ஜாதகத்துல அப்படி இருக்குது. அதை இவங்க உன்கிட்ட சொல்லாம ஏமாத்தி கட்டிக் குடுக்க பாக்கறாங்க" என்று ப்ரியா சொல்லி விட்டு எழ முயற்சிக்கவும் இவன் மளாரென எழுந்து தன்புறமாய் அவள் கையைப் பிடித்து இழுத்து வசமாய் கட்டி அணைத்தான். அவளின் உதட்டைக் கவ்வி மென்றுவிட எத்தனித்தவனை அவள் நெம்பி தள்ளிவிட முயற்சித்து தோற்றாள். ப்ரியாவின் கீழ் உதட்டை கவ்விக் கொண்டவன் தன் இறுக்கமான பிடியை தளர்த்தி அவளின் பின்புறத்தை வலது கையால் தடவினான். இடது கையை அவள் கழுத்தின் பின்புறத்தில் பிடித்து கொஞ்சமாய் தடவினான். உதட்டைக் கவ்வியவன் மிட்டாய் உறிஞ்சுவது போல இப்போது அவளின் கீழ் உதட்டை தன் வாயிற்குள் உள்வாங்கி சப்பினான். அவளின் பின்புறத்தில் இருந்த கை அவ்வப்போது பின்புறத்தை அழுத்திப் பிடிப்பதும் தடவுவதுமாக இருந்தது. ப்ரியாவின் உடல் நடுங்குவதை உணர்ந்தவன் அவளின் மேல் உதட்டையும் விட்டு வைக்கவில்லை.

கழுத்தில் இருந்த கையையும் அவளின் பின் புறத்திற்கே கொண்டு சென்று இறுக்கிப்பிடிப்பதும் விடுவதுமாக இருந்தான். ப்ரியா இவன் வசம் அடங்கிக் கொண்டிருப்பதை உணர்ந்தவன் தன் நாவை அவள் வாயினுள் நுழைத்து அவள் நாவைத் தேடினான். இத்தனைக்கும் அவள் தன் கைகளை சும்மா வைத்திருப்பதை உணர்ந்தவன் தன் வலது கையை அவளின் பின்புறத்திலிருந்து எடுத்து அவளின் கையைப் பிடித்துத் தூக்கி தன் கழுத்தில் மாலையாய் போட்டுக் கொண்டான். அவளோ கையை மீண்டும் எடுத்துக் கொள்ள முயற்சிக்கையில் மீண்டும் அதைப் பிடித்து "ம்" என்று முனகினான். இப்போத நாவிலிருந்து தன் உதடுகளை பிரித்தெடுத்தவன் ப்ரியாவின் தொங்கட்டான் தொங்கும் வலது காதை அப்படியே கடித்து விடுபவன் போல முழுதாக தன் வாயினுள் நுழைத்து ஈரம் செய்தான் நாவால்! ப்ரியா இடது கையை தூக்கி அவன் கழுத்தில் போட்டதும் இருகைகளாலும் சேர்த்து இறுக்கினாள்.

மணிபாரதி இதைத்தான் எதிர்பார்த்தான். ப்ரியாவின் துப்பட்டா மூடியிருந்த மார்பகத்தில் மணிபாரதி முகம் வைத்து தேய்த்தான். இன்னும் அழுத்தமாய் என்பது போல ப்ரியா அவன் பின்னங்கழுத்தை இருகைகளாலும் அழுத்திப் பிடித்தாள். அவளின் மார்பகங்களில் இருந்து வேறு எந்த இடம் போனாலும் அவள் உணர்ச்சிகள் கொந்தளிக்கப் போவதில்லை என்பதை உணர்ந்தவன் அவளின் இடது மார்பில் முகம் அழுத்தி வலது மார்பகத்தில் கை வைத்து அழுத்தினான். ப்ரியாவின் வாயிலிருந்து உமிழ்நீர் சுரந்து கடைவாயில் ஊற்றியது. மெலிதாய் மணி! என்று அவள் முனகவும், என்னடா? என்று மீண்டும் உதட்டுக்கே வந்து கவ்வி உறிஞ்சினான். ப்ரியாவின் கைகள் இவன் முதுகை தடவிக் கொண்டிருந்தன.

மீண்டும் அவளின் பின்புறங்களை இறுக்கிக் கொண்டே அவள் முன் மண்டியிட்டு அவளின் வயிற்றில் முகம் வைத்து அழுந்த உரசி தொப்புள் குழியை தேடினான். தொப்புள்குழி இருக்குமிடம் தெரிந்ததும் தன் வாயை அதன் நேர்வைத்ததுமே ப்ரியா மீண்டும் அவன் பின் கழுத்தைப்பிடித்து அழுத்தினாள். அவளின் பின்புறங்கள் இவன் கைகளுக்கு அடக்கமாய் இருக்கவே அவைகளை அழுத்திக் கசக்கி முகத்தை முதுகுப் பக்கம் கொண்டு வந்து விடுபவன் போல அழுத்தினான். இவனின் வேகத்தை பின்புறங்களில் பிடித்திருந்த கைகளின் வேகத்தை வைத்தே உணர்ந்தவள் உதட்டைக் கடித்துக் கொண்டு அவன் தலையில் வலிக்காமல் ஒரு கொட்டு கொட்டினாள். சும்மாயிராமல் கொட்டு விழுந்ததால் நிதானத்திற்கு வந்தவன் தன் முகத்தை இன்னும் கீழிறக்கினான்.

பின் பத்து நிமிடம் கழித்துத் தான் பிரியாவின் உதட்டுக்கு வந்தான் மணிபாரதி. ப்ரியா உருகி ஒழுகிக் கொண்டிருந்தாள். வழுக்கும் அவளை இவன் தான் தாங்கிப் பிடித்துக் கொள்ள வேண்டி இருந்தது. அவளின் பின்புறத்திலிருந்து வலது கையை அவளே பிரித்து எடுத்து வந்து தன் வலது மார்பகத்தை அவன் கைகள் பிடித்துக் கொள்ளுமாறு வைத்தாள். இவன் அதைப் பிடிக்காமல் இருக்கவும் அவன் புறங்கையில் ஒரு கிள்ளும் வைத்தாள் வலிக்காதவாறு. இத்துனூண்டு இருந்துட்டு எத்தனை வேலை காட்டுறாள் என்று இவன் வேண்டுமென்றே அழுத்திப் பிசையவும் ஸ்சென முனகியவள் அதற்கெல்லாம் அசருவது மாதிரி தெரியவில்லை இவனுக்கு. செரிக்குச் செரி மல்லுக்கு தயாராகி விட்டவள் போல இருந்தாள் ப்ரியா!

“என்னை முழுசா எடுத்துக்கோ மணி இப்பவே, எனக்கு தாங்கலெ” என்றாள்.

“லூசு!” என்று அவள் நெற்றியில் முத்தமிட்டவன் அப்படியே அள்ளியெடுத்துப் போய் ஷோபாவில் அமர வைத்தான். அவளின் இரு கன்னங்களையும் தன் உள்ளங்கைகளில் தாங்கிப்பிடித்துக் கொண்டவன் அவள் கண்களை உற்றுப் பார்த்தான். அவள் இவன் பார்வையை பார்த்து விட்டு கண்களை மூடிக் கொண்டாள்.

“லூசு”

“ம்”

“இப்ப நான் உன்னை எடுத்துக்குவேன் ஆனா என்னை அப்புறம் தப்பு சொல்லுவேடி”

“சொல்ல மாட்டேன் லூசு”

“லூசு”

“முத்தம் குடுத்துட்டே பேசு லூசு! எதுக்கு என்னை இப்படி உத்துப் பார்த்துட்டே இருக்கே?”

“உனக்காக ஒரு வருசம் கழிச்சு சாவுறதை விட பத்து நாள்ல சாவலாம்டி” என்றதும் அவளே கண் திறந்து இவன் கீழ் உதட்டைக் கவ்விக் கொண்டு இறுக்கினாள்.

“என்னை இன்னிக்கு ஏமாத்தி அனுப்பி விட்டுடுவியா மணி. உனக்கு பாவம் புடிச்சுக்கும்”

“ஒன்னும் பாவம் புடிக்காது லூசு”

“நீதான வீட்டுக்கு போறேன்னு சொன்னவளை இழுத்துப் பிடிச்சு முத்தம் குடுத்தே! பின்னாடி பிடிச்சு கசக்குனே? எதுக்குடா அப்படி கசக்குனே? எனக்கு வலிக்குது இன்னும்.”

“வலிக்கட்டும். நான் என் முகத்தை வச்சு ஒத்தடம் கொடுக்கேன்”

“லூசு அதைப் பண்ணுடா இப்ப. எனக்குத் தெரிஞ்சு போச்சு நீ வேணும்னே என்னை இப்படி பண்ணி ஏமாத்தியிருக்கே மணி”

“உங்கக்கா இன்னுமா பேசுறாங்கன்னு வருவாடா!”

“வந்தா பார்த்துட்டு கதவைச் சாத்திட்டு போகட்டும். ஆமா எங்கக்காளை புடிச்சு பத்து நிமிசம் உதட்டை சப்புனியாடா மணி? நீ அப்பலையா சொன்னே?” மணிபாரதி சுதாரித்துக் கொள்ளும் இடம் வந்து விட்டதாய் கண்டு கொண்டான். ஆமாம் என்று சொன்னால் வம்பு வந்து விடும். மீண்டும் ப்ரியாவின் மார்புக்கு முகத்தை கொண்டு சென்றான். அவளோ அவன் முகத்தை தடுத்து நிறுத்தி விட்டு, பதிலை சொல்லுடா லூசு! என்றாள்.

“அவ உன் போனை தூக்கிட்டு ராத்திரில என்கிட்ட பேசுவாடா! சும்மா இருக்கிறவனை கடுப்பு ஏத்துற மாதிரியே பேசுவா! அவதான் சொல்லுவா உதட்டை கடிச்சுட்டா பத்து நிமிசம் சாப்பிடணுமுன்னு பேசி என்னை உசுப்பேத்தி விடுவா! நானே நொந்து கிடக்கேன். ஒரு நாளு பாப்பாவுக்கு நூடுல்ஸ் செய்யுறேன்னு சமையல்கட்டு வந்து என்னை கட்டிப்பிடிச்சு நெஞ்சுல கடிச்சு வச்சிட்டா உங்கக்கா!”

“எங்க காட்டு” என்றவளுக்கு சட்டையில் இரண்டு பட்டன்களை விலக்கி கடிவாங்கிய மார்பை காட்டினான். பின் அவளே இவன் பட்டன் இரண்டையும் போட்டு விட்டாள். வசந்தி ஏன் கணவனோடு போய் இருப்பதில்லை என்பது வரை ப்ரியாவிடம் ஒப்பித்தான். ஏன் இவளிடம் இதையெல்லாம் சொல்லிக் கொண்டிருக்கிறோம் என்றே புரியாமல் சொல்லியபடி இருந்தான். ப்ரியாவை எக்காரணம் கொண்டும் நழுவவிட அவன் தயாராய் இல்லை போல் நடந்து கொண்டான்.

இவன் முகத்தில் உண்மையைத் தேடியவளுக்கு அதில் ஏதோ அப்பாவித்தனம் தெரியவே மீண்டும் தன் மார்புக்குள் புதைத்துக் கொள்ள அவன் முகத்தை இழுத்து வைத்து அழுத்திக் கொண்டாள். அப்பாடா! என்றிருந்தது இவனுக்கு. சாந்தியோடு இதே இடத்தில் இப்படி பலமுறை மண்டி போட்டு அவள் மார்பில் முகம் வைத்திருந்த பழைய நினைவுகள் வேறு வந்தது அவனுக்கு. அவளும் ப்ரியாவைப் போலவே இழுத்து அணைத்துக் கொள்வாள்.

“பேசாம மணி நீ எங்கக்காளை கட்டிக்கோடா, அவ பாவம்”

“என்னடி ரெண்டு பேரும் விளையாடறீங்களா! அவ என்னடான்னா என் தங்கச்சிய கட்டிக்கோன்னு சொல்றா! நீ அவளைக் கட்டிக்கோன்னு சொல்றே! நான் எவளையும் கட்டிக்கலைடி! நான் இப்படியே இருந்துக்கறேன்” என்று அவளிடமிருந்து விலகி எழுந்து போய் சேரில் உட்கார்ந்தான்.

"நான் உன்னை கட்டிக்கறேன்னு சொல்லவே இல்லை மணி இன்னும்" என்றவளை மருந்து வேலை செய்யவில்லையோ என்று பார்த்தான்.

"சரிடி லூசு உன்னை நான் கட்டிக்கலை! நீ போய் அந்த போன்ல என்னை திட்டினான்ல அவனையே கட்டிக்க போடி"

"மணி அது அவனல்ல அவள். எத்தனை தடவை சொல்றது உனக்கு? பாரு என் செல்போனல இருக்கா பாரு" என்று எழுந்தவள் ஷோபா மீது கிடந்த தன் செல்போனை எடுத்து ஜெனியின் போட்டோக்களை நீக்கி இவனுக்கு காட்ட கிட்டே நெருங்கி வந்து ஒட்டி நின்று காட்டினாள். மணிபாரதி இழுத்து தன் மடியில் அவளை அமர்த்திக் கொண்டதும் நெளிந்து எழ முயற்சித்தவளை மீண்டும் அழுத்தி அமர வைத்தான் தன் மடியில்.

"டேய் நீ என்னை எத்தனை வாட்டிடா ஏமாத்தலாம்னு இன்னிக்கி திட்டம் வச்சிருக்கே?"

"பத்து வாட்டி. பத்தாவது வாட்டித்தான் முழுசா நீ கேட்டது கிடைக்கும்."

"பத்துவாட்டியா? ஒருவாட்டிக்கே ஒருமணி நேரம் ஆச்சு! நான் இங்க வர்றப்ப மணி பத்தரை. இப்ப மணி பன்னண்டு ஆகப் போகுது கடியாரத்தை பாரு. ஆமா உன் கை என்ன இரும்பா? புடிக்குது என்னை? பாரு இவ தான் நான் லவ் பண்ணுற பொண்ணு. பேரு ஜெனி!" என்று ப்ரியா காட்டியவளை செல்போனில் பார்த்ததும் அவளை அப்படியே பொம்மை போல் தூக்கிக் கொண்டு போய் ஷோபாவில் அமர வைத்து விட்டு வந்து சேரில் உட்கார்ந்து கொண்டான்.

"ஏன் நான் அவளை லவ் பண்ணா உனக்கு புடிக்காதா?" என்று கேட்டவளுக்கு பதில் எதுவும் சொல்லாமல் இருந்தான்.

"நீ ஏன் அந்தப் பொண்ணை விரும்புறே ப்ரியா? அது உனக்கு ஏதாவது ஹெல்ப் பண்ணியிக்கும். அது உனக்கு பெருசாப்படும். நீ போய் அவகூடயே இருந்துக்க! எப்பவும் ஒரு சண்டையும் உங்களுக்குள்ள வராதுன்னு உறுதியா சொல்லு. இப்பவே உன்னை கூட்டிட்டு போய் அவகிட்ட விடறேன்."

"சண்டையெல்லாம் வராது. எதுக்கு சண்டை வருது?"

“நீ எட்ட தூரத்துல இருக்கே ப்ரியா! அதனால அவகிட்ட இருந்தா நல்லா இருக்கும்னு இப்ப நினைக்கிறே! நாளைக்கி அவகூடயே இருந்து பாரு! அப்ப வரும். சரி அது யாரு? எந்த ஊரு? எப்படிப்பட்ட பொண்ணுன்னு சொல்லேன் கேட்கிறேன்” என்று இவன் கேட்டதும் அவளைப்பற்றி முழுதாக சொன்னாள் மிக ஆர்வமாய். எல்லாவற்றையும் அமைதியாக கேட்டுக் கொண்டு அமைதியாய் இருந்தவன் கடைசியாய் ஐ லவ் யூடி லூசு! என்றான். அவள் விழித்தாள்.

“போடா லூசு! விடிய விடிய ராமாயணம் கேட்டு காத்தால சீதைக்கு ராமன் யார்னா புருசன்னு இவ்ளோ தெளிவா சொல்றே!”

“அடி லூசு அவ டவுன்ல வளர்ந்தவ. நீ கம்புளியம்பட்டி பட்டிக்காட்டுல வளர்ந்தவ! நாளைக்கி நான் உன்னைக் கூட்டிட்டு போயி ஜீன்ஸ் பேண்ட்டும் டீ சர்ட்டும் வாங்கித் தர்றேன். போட்டுட்டு போயி அவ முன்னாடி நில்லு. அப்பவே சண்டைக் கட்டுவாடி! நீ சுடிதாரு தான் போடணும்னு சொல்லுவா! சண்டைங்கறது இப்படித்தான் ஆரம்பிக்கும். அவ என்கிட்ட பேசுறப்ப என் பொண்டாட்டிய கட்டப்போறவன் நீதானடாங்றா! பேச்சுதான் ஒருத்தியோட புத்தியை காட்டும்டி லூசு. உன்னை அவ திட்டறதுக்கு அவகிட்ட நீ பத்து நாள் இருந்தீன்னா போதும்.”

“நீ எப்பிடி உறுதியாச் சொல்றே மணிபாரதி அவளுக்கு நான் ஜீன்ஸ் போட்டா புடிக்காதுன்னு?”

“அதெல்லாம் ஒரு கணக்குடி லூசு. அவ உதவி செஞ்சாள் ஒருத்தன் உன்னை புடிச்சு சுவத்துல சாத்தி கசக்குறப்போன்னா அப்பவே நன்றி சொல்லீட்டு வீட்டுக்கு வர்றதை உட்டுட்டு உனக்கு அவ வீட்டுல என்னடி வேலை? அவ சின்ன வயசுல இருந்தே அப்படி வாழ்ந்து வந்தவடி. அவ சாகும் வரை அப்படித்தான் இருப்பாடி. உனக்காகவோ யாருக்காவோ அவ மாற மாட்டா! அவங்கப்பா டாக்டர்ங்றே! அந்தாளே திட்டம் போட்டு மருந்தோ ஊசியோ போட்டு வளத்தியிருப்பான். உன்மேல அவ இப்ப பைத்தியமா இருக்காளுங்கறதை நான் ஒத்துக்கறேன். ஆனா அது நீடிக்காது. நீ ஒன்னும் தெரியாத அப்பாவிடி! என்ன ஒரு ஏழாவது வரைக்கும் போயிருப்பியா? உனக்கு அவ்ளோதான் அறிவு வேலை செய்யும். அவ ஆளைப்பார்த்தாலே பணக்காரப் பொண்ணுன்னு தெரியுது. டிகிரி முடிச்சு மேலயும் படிச்சிருப்பா!

அவளுக்கெல்லாம் வாழ்க்கை அவ்வளவு தாண்டி ப்ரியா! கீக்கொடுத்தா நாலு சுத்து சுத்துற பொம்மை மாதிரிதான். படிப்பு படிச்சவ மாதிரியா என்கிட்ட அவ பேசினான்னு நெனைக்கே? திமுருடி! பூராவும் திமுரு. போடி மயிருன்னு உன் துணிமணிகளை கண்டிப்பா எடுத்து வீசிடுவா அவ. நல்ல பொண்ணா இருந்தா அம்மாவை ஊர்ல விட்டுட்டு இங்க வந்து தனியா வீடெடுத்து பீர் குடிச்சுட்டு இருக்குமா? உனக்கு அந்தப்புத்தி வந்திடுமாடி லூசு! அப்புறம் கண்ணைக் கசக்கீட்டு வருவே வீட்டுக்கு. அப்ப அழாதேன்னு சொல்ல உங்கொம்மா உயிரோட இருக்கணும். உங்கொப்பா உயிரோட இருக்கணும். நான் சத்தியமா கிட்டவந்து என்னாச்சுன்னு கூட கேக்க மாட்டேன்."

"நீ எப்படி உறுதியா சொல்றே மணிபாரதி அவளுக்கு அவங்கப்பா ஊசி போட்டுத் தான் வளர்த்தியிருப்பார்னு"

"முட்டாளாட்ட பேசாதே நீ. உறுதியா சொல்லலை நான். இருக்கலாம்னுதான் சொல்றேன். எதையும் யோசி ப்ரியா. அவ எங்கே நாம எங்கே? உன்னை அவ திட்டம் போட்டுத்தான் வீட்டுக்கு மருந்து தடவ கூட்டிட்டு போயிருக்காடி. நீ மண்டு பேஏன்னு காட்டிட்டு படுத்திருப்பே! அது எத்தனை நாளைக்குடி! பத்து நாள் கிட்டக் கிடந்தீன்னா சலிச்சுப் போயிடும் உனக்கு. பதினோறாம் நாள் பெட்டுல படுக்காதே கீழ பாயைப் போட்டு படுன்னு சொல்வா! உனக்கு ரோசம் வரும். இது ஒரு பொழப்பான்னு நீயே கிளம்பி வந்துடுவேடி ப்ரியா! ஆனா இப்ப நான் எது சொன்னாலும் அவ தான் உனக்கு பெருசாப் படும் நான் மறுக்கலை. சப்போஸ் நடந்துட்டா நீ என்ன பண்ணுவே? இங்க எதுக்கு ஆம்பளையும் பொம்பளையும் இருக்காங்க? பொம்பளைக மட்டுமே இருந்துக்கலாமே! நெனச்சிப்பாரு. உலகமே பூராவும் பொம்பளைங்க மட்டும் இருக்குற மாதிரி."

"மணிபாரதி நீ என்னமோ சொல்லி என்னை கொழப்புறே!"

"ஆமா உன்னை கொழப்பத்தான் உக்காத்தி வச்சு பேசிட்டு இருக்கேன். எனக்கு அதான் வேலை பாரு."

"எங்கம்மாவும் அப்பாவும் எதுக்கு சாகறாங்க?"

"அவங்களே இல்லீன்னு போன பொறவு உன் அக்கா மட்டும் இருப்பாளா? அவளும் போயிடுவா! கேக்குறா பாரு லூசுத்தனமா! ஏண்டி தம்புள்ளை ஒரு பொம்பளையோட வாழப்போயிடுச்சுன்னு

ஒரு அம்மா காதுல கேட்டா உசுரோட இருக்குமாடி? இப்ப என்கிட்ட பேசினது ஒரு பையன்னு வச்சிக்க நானே கூட்டிட்டு போயி அவன்கிட்ட ஒப்படைச்சிடுவேன். அவகிட்ட காசு இருக்குடி ப்ரியா. அவ என்ன வேணாலும் பண்ணுவா. உன்கிட்ட என்ன இருக்கு? அவளுக்கு ஒன்னுன்னா அவ மாமன் செலவு பண்ணுவான். அம்மா செலவு பண்ணுவா. அவ சொந்த பந்தம் பண்ணும். உனக்கு ஒன்னுன்னா உங்கொம்மா கழுத்துல இருக்குறதை வித்துத் தான் செலவு பண்ணனும்.

அவ சின்ன வயசுல இருந்தே அப்படித்தான்னு அவ குடும்பத்துக்கு தெரியும். தெரிஞ்சதால தான அவளை தனியா ஊத்துக்குளியில ஆர்.எஸ்ல விட்டு வச்சிருக்காங்க! நீ போய் அப்படி தனியா வீடெடுத்து இருக்க முடியுமாடி? உனக்கு தைரியம் இருக்கா? நீ போய் ஊத்துக்குளியில ரூம் எடுத்து என் கிட்ட வாடின்னு சொல்லிப்பாரு. போடி மயிருன்னு சொல்லிடுவா! ஏன்னா அவ அவளை ஆம்பளையா நெனச்சிக்குறா! லுங்கி கட்டீட்டு கட்டிங் போட்டுட்டா அவ ஆம்பிளை ஆயிடுவாளாடி? ஆம்பளையா நெனச்சிக்கறது தான் அவ வியாதி. அதனாலதான் என்கிட்ட எம் பொண்டாட்டிய நீயாடா கட்டிக்குறேன்னு கேக்குறா. பைத்தியகார ஆஸ்பத்திரில சேத்தி கரண்ட்டு ஷாக் வெச்சா தன்னப்போல பொடவை கட்டிக்குவாடி அவ. அது தெரியாம அவ மாமங்காரன் விட்டு வச்சிருக்கான். நான் நெனைக்கிறேன் டோட்டலா அவ குடும்பமே லூசுக் குடும்பம்னு!"

"மணிபாரதி என்னை அழவைக்கப் பாக்குறேடா! பாவம்டா அவ"

"நானும் அவளை பாவம்னுதான் சொல்றேண்டி லூசு. எனக்கும் அவளை நெனச்சா அழுகாச்சி அழுகாச்சியாத்தான் வருது. நீ ஷோபாவுல உக்காந்து அழு, நான் இங்கியே உக்காந்து அழுறேன். வேற என்ன பண்ணச் சொல்றே?" என்றான் மணிபாரதி. ப்ரியா கதிர்வேலன் நேற்று கிளம்பிப் போகையில் சொன்னதை யோசித்தாள். அவனும் கிட்டத்தட்ட மணிபாரதியைப் போலத்தான் சொன்னான். வேறு மாதிரி அவளை நல்லவள் என்று சொல்லவே இல்லை. முடிந்தால் நண்பனைப்போல அவனிடம் பேசச் சொன்னான். மணிபாரதியோ அவள் ஆணாக தன்னை நினைத்துக் கொள்கிறதை வியாதி என்கிறான்.

“நேத்து அவகூட இருந்தியே நீயும் குடிச்சியா?” என்றதும் இல்லையென மண்டையை ஆட்டினாள் ப்ரியா.

“சந்தேகமா இருக்கேடி! எங்க மூஞ்சியை சரியாக் காட்டு! காட்டுடி லூசு”

“பாத்துக்கடா லூசு”

“முத்தம் குடுக்குறப்ப லேசா வாசம் வந்துச்சே பீரு மாதிரி...”

“இல்லீன்னு சொன்னா கேளு மணிபாரதி”

“சரி அதுக்கு ஏன் சத்தமா சொல்லி குடிச்சேன்னு உறுதி பண்ணுறே. போகட்டும் விடு. என்ன ஒரு ரெண்டு வாரம் அந்தப் பொண்ணோட உனக்கு பழக்கம் இருக்குமா?”

“ஆமாம், ஏன் கேக்குறே நீ?”

“இல்ல கிட்டத்தட்ட அந்தப் பொண்ணு மாதிரியே நீயும் லூசுத் தனமா பேசுறேடி. இன்னம் ரெண்டு வாரம் அவகூட பழகுனீன்னு வச்சிக்க நீயும் ஆம்பளைன்னு நினைச்சுக்குற வியாதி வந்துடும். என்னை மணிபாரதிங்கறே. நீ வா போங்கறே. நாளைக்கி உங்க அம்மாவை போளே மூடிட்டுன்னு சொல்வே! மூஞ்சியக் காட்டாதேடி. நான் சொல்றது உண்மையா பொய்யான்னு இப்ப யோசிக்காதே! மெதுவா யோசிச்சு பாரு. நாம நல்ல பழக்க வழக்கம் உள்ளவங்களோட பழகினாத்தான் நமக்கும் நல்ல பழக்கம் வரும் ப்ரியா. ஊசைகளோட பழகினா அதுக எப்படி பேசுதோ அதே மாதிரி தான் வரும்.”

“மணிபாரதி உன்னை நான் கட்டிக்கோணும் அப்படிங்கறதுக்காக நீ என்ன என்னமோ பேசி என்னை கொழப்பி உட்டுட்டே இல்ல”

“இல்ல ப்ரியா! நான் உன்னை காலையில வரைக்கும் கட்டிக்கணுமுன்னு நெனைக்கவே இல்லை. அந்தப் பொண்ணு என்கிட்ட பேசாமயே இருந்திருக்கலாம். டங்குவாரை அத்துப் போடுவண்டான்னு சொல்லுச்சு! அப்பத்தான் முடிவு பண்ணிட்டேன். நீ எப்படியான இடத்துல சிக்கி இருக்கீன்னு அப்பத்தான் தெரிஞ்சுது. அவ உன்னை பின்னால இருக்குற மண்ணை தட்டிட்டு போற மாதிரி போயிடுவா ப்ரியா. கடைசில நீ தான் வாழ்க்கையை தொலைச்சிட்டு நிக்கணும். அன்னிக்கி நான் உனக்கு கிடைக்க மாட்டேன். அவ்ளோ

நம்பிக்கை வச்சு ஒருத்தி பேசுறா ப்ரியா. செவுத்துல சுண்ணாம்பு அடிக்கிறவன்னு யாருமே சொல்லலடி என்னை!"

"மணிபாரதி சாரிடா."

"அந்த லூசுக்காக நீ ஏண்டி லூசு சாரி கேக்கே! ஒன்னு தெரிஞ்சிக்கோ! நான் வாழ்ந்து வாழ்க்கையை இழந்தவன் ப்ரியா. நீ வாழாமையே இழந்துடாதே. நான் பேசுனதால நீ உடனே எந்த முடிவுக்கும் வந்துடாதே லூசு. நல்லா யோசிச்சு என்கிட்ட கட்டிக்கிறண்டா மணிபாரதி லூசுன்னு சொல்லுடி. பத்து நாள் கழிச்சு சொல்லு. ஒரு மாசம் கழிச்சு சொல்லு. எப்ப வேணாலும் சொல்லு. என்ன?"

"சொல்லுறேன்"

"லூசுப் ப்ரியா ஐ லவ் யூடி"

"பண்ணிக்கோ! ஆனா ஏன் என்னை எடுத்துக்கோன்னு சொல்லியும் ஒதுங்கிட்டே நீ? இப்ப ஐ லவ் யூங்றே?"

"உன்னை எடுத்துக்கறது எனக்கு பெருசில்லடி லூசு. அப்படி உனக்கு இருக்குற உணர்ச்சி வேகத்துல பண்ணிட்டா அது நான் உன்னை எடுத்துக்கிட்டதா ஆயிடும். நீ அப்புறம் என் மேல சங்கடப் படுவேடி. சங்கடத்துல எதுவுமே துவங்காது. நாளைக்கு நீ என்னைப் பார்த்தாலும் நான் உன்னைப் பார்த்தாலும் சங்கடமா இருக்கும். நீ எனக்குன்னு வர்றது உறுதி ஆயிடுச்சுன்னு வச்சிக்க! நீ என்ன எடுத்துக்கோன்னு எனக்கு சொல்றது! நானே தூக்கிட்டு ஓடுவேன் என் பெட் ரூமுக்கு"

"நான் சொல்லியும் ஏமாத்திட்டீல்ல பாவம் உன்னை புடிக்கும் பார்த்துக்க"

"புடிக்கட்டும், நீயே வந்து சரி பண்ணிடுவீல்ல"

"நான் போகவா?"

"இதென்ன புதுசா இருக்கு? நீ கிளம்புறதுன்னா கிளம்பு. உனக்கு சொல்ல வேண்டியதை நான் சொல்லிட்டேன்."

'கிளம்புனேன்னா அப்பலையா மாதிரி எந்திரிச்சு வந்து கசக்கக் கூடாது மணிபாரதி" என்று ப்ரியா எழவும் இவனும் சேரிலிருந்து எழுந்தான். இவன் எழுவதை பார்த்ததும் அவள் நகராமல் நிற்க

கிட்டே நெருங்கியவன் அவளைத் தொடாமல் அருகில் நின்றான். ப்ரியாவே இவனைக் கட்டிக்கொண்டு கன்னத்தில் முத்தமிட்டு விட்டு கிளம்பினாள். கதவோரத்தில் இருந்த குடையை எடுத்துக் கொண்டு மழைத்தூறலில் இறங்கினாள். மணிபாரதிக்கு இவள் கண்டிப்பாக யோசிப்பாள் வீடு போய் என்ற எண்ணம் இருந்தது. ஆனால் எவ்வளவு நாட்களில் இவனுக்கு சம்மதம் சொல்வாள் என்றுதான் கணக்கிட முடியவில்லை.

ப்ரியா வீட்டுக்குச் சென்ற பத்து நிமிடத்தில் வசந்தி குடையுடன் வந்தாள். டிவி பார்த்துக் கொண்டிருந்தான் இவன். உள்ளே வந்த வசந்தி கையில் குண்டான் ஒன்றிருந்தது. எப்போதும் போல் இவன் அருகில் ஷோபாவை ஒட்டி அமர்ந்தவள் குண்டானை இவன் முன் நீட்டினாள். அதனுள் பஜ்ஜி இருந்தது சூடாய். இவன் ஒன்றை எடுத்துக் கொண்டான்.

"இன்னா வரைக்குமாண்ணா அவகிட்ட பேசுனீங்க? நான் வரலாமான்னு நெனச்சேன். எனக்கு இங்கியே காலு இழுக்குது. அப்பலையா வேற நானு நீங்க அழுத்துனப்ப கண்டுக்காம உட்காந்து இருந்தங்காட்டி நீங்க கோவிச்சுக்கிட்டீங்களா! அது வேற எனக்கு சங்கடமாவே இருந்துட்டு இருந்துச்சுண்ணா! ப்ரியா கட்டிக்குறேன்னு சொல்லிட்டாளா?"

"உனக்கு மொதல்ல ப்ரியா என்ன பண்ணிட்டு இருக்காள்னு தெரியுமா?"

"கம்பெனியில பொம்பளப்புள்ள கூட ஜோடி போட்டுட்டு இருக்காளா?"

"அதான் பிரச்சினை. இந்த பேக்கு வசமா பொம்பளைய லவ் பண்ணிட்டு இருக்கு. அதுகூட ஓடறக்கு திட்டம் போடுது"

"ஓடீருவாளாண்ணா ப்ரியா?"

"எனக்கே இந்தியா பாகிஸ்தான் கிரிக்கெட் மேட்ச் பார்த்துட்டு இருக்குற மாதிரி இருக்கு!. என்னவேணாலும் நடக்கும்"

"அண்ணா நீங்க சொல்லியும் கேக்க மாட்டீங்றாளா?"

"அவளுக்கு நான் என்ன கொம்பனா? நான் சொன்னதீம் கேக்க? ஏதோ என்னால ஆனதை சொல்லியிருக்கேன். பார்ப்பம். பஜ்ஜி

அருமை! ஊட்டுல பிரச்சினையா இருக்கு அம்மாளும் பிள்ளையும் பஜ்ஜி சுட்டுட்டு இருந்தீங்களா?"

"எங்கம்மாதான் கடையில போயி கடலை மாவு வாங்கீட்டு வரச் சொல்லுச்சுண்ணா! பிரச்சினை பண்ணவளே வீட்டுல உக்காந்து வெதுப்பீட்டு இருக்கா. இனி பத்து நாளைக்கி நாங்க தூங்காம முழிச்சுட்டு அவளையே பார்த்துட்டு இருக்கணும்"

"அதுக்கு ஊத்துக்குளியில இருக்குற பொண்ணு கம்முன்னு இருக்கணுமே வசந்தி. அவ ஏதோ பணக்காரப் பொண்ணு போல. இங்க வீடேறி வந்து இவளை கூப்பிட்டுட்டு போயிடுச்சுன்னா?"

"ஊர்ல நாலுபேரு எதுக்கு இருக்காங்க"

"ஊர்ல நாலுபேரு இருக்குறதால தான் பயமா இருக்கு. ஈரோடு வரைக்கும் ஒரே நாள்ல தகவல் போயிடும்."

"நைட்டு உங்க கூட தங்க வச்சிக்கங்க"

"பார்றா! மொதல்ல கல்யாணம் பண்ணுன்னே சரி, இப்போ கூட்டிட்டு வந்து வெச்சுக்கோன்னு சொல்றே. அவள் என்னடான்னா அக்காளை கட்டிக்கோன்னு சொல்றா!"

"என்னை கட்டிக்கச் சொன்னாளா! அதுக்குத்தான் தங்கச்சி வேணுங்றது. அக்கா சிரமப்படுதே அப்படின்னு சொல்லியிருப்பா. இன்னொன்னு தெரியுமாண்ணா"

"சொல்லு தெரிஞ்சிக்கிறேன்"

"போனே எனக்கு வேண்டாமுன்னு கழட்டி சிம்மை தூக்கிட்டு வேற சிம் போட்டு குடுத்துட்டா ஏன்னு கேட்டேன். பத்து நாள் கழிச்சி வேற போன் வாங்கி சிம்மை போட்டுக்கறேன்னு சொல்லிட்டா!"

"அப்படின்னா நான் பேசுனது வேலை செய்யுது இப்பவேன்னு தெரியுது. வசந்தி உன் தங்கச்சி உன்னை விட அறிவாளிடி"

"நீங்க அவளைக் கட்டிட்டீங்கன்னா எங்கம்மாக்கு உலக சந்தோசமாயிடும்ண்ணா"

"ஏன் உனக்கு இல்லையா?"

“எனக்கும் தான்ணா! உங்ககிட்ட நல்லா இருக்காம வேற எங்க போயி அவ நல்லா இருப்பா?’

“ஒரு வருசத்துல நான் செத்துடுவேன். அதை நீயும் உங்கம்மாவும் மறைச்சிட்டு பேசுறீங்க”

“அண்ணா இதை அவ உங்க கிட்ட சொன்னாளா? அதே ஜோசியந்தான் ரெண்டாவதா கட்டிக் குடுத்தீங்கன்னா தோசமே கெடையாதுன்னு சொல்லிட்டான். எங்கம்மாவுக்கு புள்ளை நல்லா பக்கத்துலயே இருந்தாப் போதும்னு நெனச்சிக்குச்சு.”

“அதான் நீங்களாவே நேத்து நைட்டு கட்டிக் குடுக்குறேன்னு பேசிட்டு போயிட்டீங்க”

“மறுபடியும் அதையே பேசாதீங்கண்ணா! உங்களுக்கென்ன ஜாலிதானே! நான் மாட்டேன்னு சொல்றேனா? இல்ல அவதான் மாட்டேன்னு சொல்வாளா?”

“உன் தங்கச்சி என்கிட்ட அக்காளை என்ன பண்ணிட்டீங்களான்னு கேக்கறாடி”

“ஐய்யோ! நீங்க என்ன சொன்னீங்க”

“இல்லைடின்னு சொன்னேன்”

“அப்பாடா! நான் தப்பிச்சேன்! லூசுன்னா அவ!”

“உன்னை மாதிரியேன்னு சொல்லு”

“நானு லூசா இருந்துட்டு போச்சாறேன்” என்றவள் இவன் தொடையைக் கிள்ளினாள். பஜ்ஜி பத்து நிமிடத்தில் பசியாய் இருக்கவே காலி செய்து விட்டான்.

“நான் போய் இன்னம் நாலு போட்டு எடுத்தாறட்டாண்ணா?”

“போதும் வசந்தி. மேல ஒரு டீ சாப்பிட்டா ஜம்முன்னு இருக்கும். ஆமா அவளை ஏன் லூசுன்னே?”

“பொண்டாட்டி ஆகப் போறவளை நான் வேற சொல்லக்கூடாதா? அவ எப்ப நல்லா இருப்பா எப்ப குறுக்கே திரும்புவான்னு சொல்ல முடியாதுண்ணா! என்னை பண்ணீட்டதா தெரிஞ்சுட்டா உங்களுக்குத் தான் டங்குவாரு அந்துடும்”

"என்னடி எல்லோரும் டங்குவாரு அந்துடும்னே சொல்றீங்க"

"வேணுமுன்னே இப்ப போ பின்னாடியே வாறேன்னு சொல்றாண்ணா! அதை எதுக்கு சொன்னாள்னு நானு நெனச்சிட்டே வந்தேன். கரைக்டா சொல்லிட்டீங்க. கண்டிப்பா என்ன பண்ணிட்டு இருக்காங்கன்னு பார்த்துட்டு போக வருவா பாருங்க. நான் எதுக்கும் உங்களுக்கு டீ வைக்க போறேன் சாமி. அக்காளே குடியைக் கெடுத்துட்டதா சொல்லிடுவா" என்றவள் எழுந்து போனாள் சமையல் கட்டுக்கு. மணிபாரதி ப்ரியா வரவேண்டும் அப்படி, என்று நினைத்தான். அப்படி வந்தால் நிச்சயம் நான் சொன்னதை நம்பாமல், அக்காவையும் நம்பாமல் வந்தாள் என்றால் மருந்து வேலை செய்வதாய் அர்த்தம்.

ஷோபாவில் அமர்ந்திருந்தபடி கால் நீட்டி சாய்ந்து கண்களை மூடினான் மணிபாரதி. சமையல் கட்டில் கரண்டி தவறி விழுந்த ஓசை கேட்டது. கண்களை மூடியதும் ப்ரியா கண்களுக்குள் வந்து நின்றாள். தலையில் கொட்டு வைத்தாள். இழுத்து இவன் முகத்தை மார்பில் புதைத்துக் கொண்டாள். இவன் தன் மனதின் பாய்ச்சல்களை நினைத்து அதிசயப் பட்டான். இவனுடன் பழகும் பெண்கள் யாராய் இருந்தாலும் காதலிக்கும் மனதை நினைத்து சந்தோசப்பட்டான். சாந்தி வந்ததும் தான் இவனது முந்தைய சகவாசங்களை நிறுத்திக் கொண்டான். சாந்தியை கட்டி அணைத்தால் அதில் காமத்தின் அளவு அதிகமாய் இருக்கும்.

அவளுக்குப்பின் யாரும் வேண்டாம் என்ற உணர்வு வரும். காமத்திற்காக இவனிடம் வந்தவர்களுக்கு அவர்களை என்னமோ இவன்தான் திருப்திப்படுத்தியாக வேண்டும் என்று நினைத்து கிட்டத்தட்ட கற்பழிப்பு மாதிரியான வேகத்தில் இருப்பான். அவர்கள் மெதுவாடா! என்று சொன்னாலும் வேகத்தை நிறுத்த மாட்டான். அவர்கள் அதைத்தான் விரும்புகிறார்கள் என்பதற்கு அந்த மெதுவாடா! என்ற குரலே போதும். பத்துப் பெண்களிடம் ஓடி பெற்றுவந்த திருப்தியை சாந்தி ஒருத்தியே கொடுத்தாள். அவள் தனக்கானவள் என்கிறபோது ஒரு நிதானமிருந்தது இவனிடத்தில். கூச்சமோ, பயமோ தாலி கட்டியவளிடத்தில் இல்லை என்ற காரணமாய் இருக்கலாமென நினைத்தான்.

இப்போது கூட ப்ரியாவை உரிமையாய் நினைத்துத் தான் கட்டியணைக்கையில் சாந்தியை இழுத்து அணைத்த சுகத்தை அடைந்தான் மணிபாரதி. அதனாலேயே எடுத்துக்கோடா! என்று

அவள் சொல்லியும் அது அவ்வளவு மரியாதை இல்லை என்று கட்டுப்படுத்திக் கொண்டான். அப்படி கட்டிலுக்குத் தூக்கியிருந்தான் என்றால் திருமணம் சந்தேகம் தான். மணிபாரதி கண் அசந்த நேரத்தில் அவன் கன்னத்தில் கடி விழுந்தது. கண்விழித்துப் பார்க்கையில் எதிரே டீ டம்ளரோடு ப்ரியா நின்றிருந்தாள்.

"மத்தியானத்துல என்ன தூக்கம் மணிபாரதி? டம்ளரைப் பிடி" என்று நீட்டினாள். இவன் வாங்கிக் கொண்டு இவள் எப்போது வந்தாள் என்று யோசித்தான் இருந்தும் இது நல்ல அறிகுறி என்றே நினைத்தான்.

"திருட்டுப் பூனையாட்ட வந்திருக்கே இப்படி பக்கத்துல உக்காரு" என்றான். அவள் இவனருகில் அமர்ந்தாள்.

"உங்க அக்கா எங்கே?"

"நான் வந்ததும் அந்தப் பூனைய முடுக்கி உட்டுட்டேன் மணி"

"பாவம்டி! உங்கக்கா மேல காத்தாலதான் பாசம் வந்துச்சு உனக்கு அதுக்குள்ள முடுக்கி பாவத்தை தேடிக்கிறே? டீ யாரு வச்சது?"

"எங்கக்கா! ஏன் நல்லா இல்லையா?"

"ஜம்முன்னு இருக்குது. என் வீட்டுல பாலே கிடையாதே எப்படி வந்துச்சு?"

"ம் இங்க கசக்குனதால வந்துச்சு"

"ப்ரியா லொள்ளு நாயம் பேசாதடி. அசிங்கமா இல்ல"

"அசிங்கம் பண்ணது யாரு? பாதியில தத்துவம் பேசிட்டு விட்டது யாரு? நானா?"

"லூசு டீ கொண்டு வந்து குடுத்தே சரி. நிம்மதியா குடிக்க விடுடி! உனக்கு இப்ப என்ன வேணும்"

"மேட்ச் பாதியில நின்னுடுச்சுல்ல"

"அது மழை வந்துடுச்சு நின்னு போச்சு போடி"

"நெசமாவா மணிபாரதி. அப்புறம் நீ எப்பவும் என்னை தொட முடியாது பார்த்துக்க"

“என்னை கட்டிக்கறேன்னு முழுமனசா சொல்லு”

“அதுக்கும் இதுக்கும் என்ன கெடக்குது? சினிமாப்படம் பாக்குறதே இல்லியா மணி. கல்யாணம் கட்டிக்காதவங்க எல்லாம் மழை பெஞ்சா காரியத்தை முடிச்சுக்குவாங்க.”

“அது மழையில நனைஞ்சு வந்து தலை தொவட்டீட்டு பண்றது”

“மழைதான் விடாமப் பெய்யுதுல்ல மணிபாரதி. வா போயி ரெண்டு பேரும் நனைஞ்சுட்டு வந்து தலை தொவட்டிக்கலாம்”

“ஏண்டி லூசு நீ நெசமாவே புள்ளையாடி? வந்து அக்காளை முடுக்கி உட்டுட்டு என்னா நாயம் பேசுறே?”

“யாருடா போறவளை இழுத்துப் புடிச்சு கசக்குனது. தப்பு யாருமேல சொல்லு நீ”

“ஏண்டி! அழகா இருந்தே பயமா இருந்துச்சு கட்டிப் புடிச்சுட்டேன்”

“இப்பும் பயமா உனக்கு இருக்கும் கட்டிப் புடிச்சுக்கோ, வீடு போனாலும் இங்கியே காலு போங்குது. அதே நெனப்பா இருக்குது. வேணும்னே பண்ணி தாட்டி உட்டியா? கட்டிக்கறேன்னு சொல்லனுமாம். அப்பத்தான் நொட்டுவானாம் போடா கேனக்.. வாயில வயித்தெறிச்சல்ல நல்லா வருது எனக்கு.”

“புரியுதுடி லூசு. எனக்கு மட்டும் ஆசை இல்லியா என்ன? நீ போனதீம் உன் நெனப்பு தான். கண்ணை மூடினதும் நீதான் வந்து தலையில கொட்டுறேடி எருமை. இழுத்து முகத்தை மார்ல சாய்ச்சுக்குறே! இந்தா புடி டம்ளரை” என்று அவள் கையில் திணித்தான். கையில் வாங்கிக் கொண்டவள் டம்ளரோடு எழுந்து போனாள். அவள் ஏன் கட்டிக்கிறேன்னு ஒரு வார்த்தை சொல்ல மாட்டேன் என்கிறாள் என்று இவனுக்கு புரிந்துதான் இருந்தது. இங்கயா? அங்கயா? என்று குழம்பிப் போய் இருக்கிறாள். முடிவுக்கு வர தடுமாறுகிறாள். ஆனாலும் தேவையாய் இருக்கிறது இது. இவனுக்கும் தேவையுாய்த் தான் இருக்கிறது. லட்டு தின்ன முடியாத சக்கரை வியாதிக்காரன் நிலை தான். இவன் மீண்டும் காலை நீட்டி கண்களை மூடிக் கொண்டான்.

“திரும்ப வந்த ப்ரியா இவனை உரசிக் கொண்டே அமர்ந்தாள். இவன் காதில் சுண்டு விரலை நுழைத்து விளையாடினாள்.

“தூங்காதடா லூசு. எனக்கு போர் அடிக்குது”

“போர் அடிச்சா டிவி போட்டுப் பார்”

“பேசிட்டாவது இருடா மணிபாரதி. நீ பேசுனா கேட்டுட்டே இருக்கலாம்னு இருக்குது. நான் என்னதான் பண்றது சொல்லு. ஜெனியும் வேணும் நீயும் வேணும்னு இப்ப எனக்கு தோணுது”

“ஒருத்திக்கு ரெண்டு புருசனா? என்னால முடியாது. அவகிட்ட பேசிப்பாரு நீ போன்ல! நீ எனக்கு கிடைப்பீன்னா அவளையும் சேர்ந்து வேணா நான் கட்டிக்கிறேன். ஆனா அவளும் உன்னை மாதிரியே கொணைவா எங்கிட்ட. அக்காவ பண்ணிட்டியான்னு கேட்டவ நீ. அதுக்கு ஒத்துக்குவியா”

“இங்கியும் போக முடியாம அங்கியும் போக முடியாம பைத்தியகாரி பண்ணி உட்டுட்டீடா”

“எவ்ளோ சீக்கிரம் முடிவுக்கு வர்றியோ அவ்ளோ சீக்கிரம் உனக்கு நல்லது. அவள் தான் வேணுமுன்னு நீ போயிட்டீன்னா நான் செத்துடுவேன் உங்கொக்கா கிட்ட ரம்யாவை பத்திரமா பார்த்துக்கச் சொல்லிட்டு.”

“நானென்ன பெரியா இவளாடா உனக்கு? ஏன் இப்படி பேசுறே? மொத கண்ணை தெறந்து என்னைப் பார்த்து பேசு நீ”

“எங்கிட்ட பேசினாத்தான் உனக்கு பைத்தியம் புடிக்குதே! என்னை தூங்க விடு. கொட்டாதடி லூசு. நீ எனக்கு பெரிய இவதான். கல்யாணம் பண்ணிக்கறதுன்னா மூனு வருசமா எனக்கு புண்ணத் தெரியாதாடி? எது எப்ப நடக்குமோ அது அப்பத் தான் நடக்கும். அதுவரைக்கும் வான்னா கூட வராது.”

“அப்புறம் ஏன் நீ என்னை எடுத்துக்கலை?”

‘மறுபடியும் இந்த லூசு அங்கியே போயி நிக்குதுடா சாமி. உன்னை இப்ப எடுத்துக்க ஆசையாத்தான் இருக்குடி கழுதை! ஆனா அப்படி நடந்துடுச்சுன்னா நீ நான் தான் வேணுமுன்னு நிப்பே. அவ உனக்கு தூசாயிடுவா. உடனே முடிவுக்கு வந்துடுவே! அது தப்பு. நீயா அவ வேண்டாம், அது நமக்கு ஒத்து வராதுன்னு முடிவா கட்டிக்கறேன்னு சொல்லு. அதுக்குத்தான் நிதானமா யோசிச்சு ஒரு மாசம் ஆனாலும் பரவாயில்லன்னு சொல்றேன்”

“ஓ! அதான் காரணமா? நாங்கூட நீ டம்மி பீஸ்னு நெனச்சேன்”

“லூசுக எல்லாம் அப்படித்தான் நெனைக்கும். ஆமா செல்போனை வசந்திக்கு குடுத்துட்டியாம்? நீ என்ன பண்ணுவே உன் வீட்டுக்காரனுக்கு தகவல் சொல்ல? மணிபாரதிக்கு கட்டிக் குடுத்துடுவாங்களாட்டன்னு உடனே கூப்பிட்டு சொல்லிட்டியாடி அவகிட்ட? அவ்ளோ ஆத்திரம் உனக்கு ஏண்டி?”

“முடிவு பண்ணீட்டு சொல்லிக்கலாம்னு சிம்மை எடுத்துட்டேன். அக்கா உன்னோட கடலை போட வசதியா இருக்கட்டும்னு போனை குடுத்துட்டேன். அக்காளுக்கு என்னாலான சின்ன ஹெல்ப்”

“எனக்கு டீ வைக்கிறேன்னு போனாள். பார்த்தா நீ கொண்டு வந்து குடுக்குறே. வந்ததும் வசந்தியை முடுக்கி உட்டுட்டியா?”

“நான் சத்தீமா முடுக்கலைப்பா. அவளா போயிட்டா! ஒரு உறையில ரெண்டு கத்தி இருக்கக் கூடாதுன்னு போயிருப்பா”

“நல்லா விவரமா பேசுறேடி நீ! ஆனா ஏன் இப்படி பொம்பளைய லவ் பண்ணி அவகூட வாழப்போறேன்னு நின்னீன்னு தான் புரியில எனக்கு! இதுல அக்கா மேல வேற சந்தேகம்”

“சரிடா மணிபாரதி நான் வீட்டுக்குப் போறேன். உனக்கு கட்டிக்க சம்மதம் சொல்றதுன்னாத் தான் இனி உன் வீட்டுக்கு வருவேன். அதுவரைக்கும் உன் வீட்டுக்கு வரலை”

“இப்பிடிச் சொல்லிட்டா எப்படி? அது உன் பிரச்சினைடி! அது வரைக்கும் நானு எந்த நேரமும் மோட்டுவளைய வெறிச்சுட்டு உன் நெனப்பாவே இருந்துட்டு இருக்கோணுமா உன்னை பாக்கணும் வாயைக் கடிக்கணும்னா உன் வீடு வரணுமா? எனக்கு பைத்தியம் புடிச்சுக்கும் உன் வாயை கடிக்கலீன்னா! ஏன்னா நானு காதல்ல உழுந்துட்டேன்”

“காயம் ஆயிடப் போவுது மணிபாரதி. உங்கூட பேசுனா நானும் அதுல உழுந்துடுவேனாட்ட! நான் சொன்னா சொன்னது தான். நீ வேணும்னு முடிவு பண்ணா நானா வருவேன். பைடா மணிபாரதி” என்றவள் எழுந்து கிளம்பினாள். மணிபாரதி அவளின் பின்னழகை ஒருமுறை கண்திறந்து பார்த்து விட்டு பெருமூச்சு விட்டபடி மீண்டும் கண் மூடினான்.

10. மரப்பல்லி

ரம்யாவுக்கு தினமும் இரண்டு மணி நேரம் தான் டியூசன். இவள் டியூசனுக்கு வந்த தயவால் பக்கத்து வீட்டு குழந்தைகளுக்கும் சேர்த்து சந்திரிகா டியூசன் எடுக்க ஆரம்பித்து விட்டாள். தினமும் ரம்யா பீட்டருடனேயே முருகேசன் தோட்டத்து முகப்பிலேயே இறங்கிக் கொள்வாள். முன்பு தனியே பேருந்தில் வந்து சரளையில் இறங்கி தோட்டம் வரை நடந்து கொண்டிருந்த சந்திரிகா சரளையில் அந்த சம்பவம் நடந்த பிறகு பள்ளி வேனிலேயே வரத் துவங்கி விட்டாள். ரம்யாவுக்கும் குழந்தைகளுக்கும் ஏழுமணி வரை தான் டியூசன். அதற்கும் மேல் பக்கத்து வீட்டுக் குழந்தைகள் ஓடிவிடும்.

ரம்யா மணிபாரதி வரும்வரை காத்திருப்பாள். மணிபாரதி எப்படியும் ஏழரைக்குள் சந்திரிகா வீடு வந்து விடுவான். இந்த ஒருவார காலமாகவே இப்படித்தான். அன்று மணிபாரதி ஆறே முக்கால் என்கிறபோதே டீச்சரின் வீடு வந்து விட்டான். குழந்தைகளின் படிப்பிற்காக சந்திரிகா ஒரு தனி அறையை ஒதுக்கியிருந்தாள். அது முன்பு பீட்டருக்கும் அவளுக்குமான இரவுப் படுக்கையறையாக இருந்தது. இவன் போய் எப்போதும் முருகேசன் வீட்டு பந்தலின் அடியில் தான் வண்டியை நிறுத்துவான். அன்றும் வண்டியை நிறுத்துகையில் முருகேசன் வெளித் திண்ணையில் அமர்ந்திருந்தான் ஊளைமூக்கு நோண்டியபடி! அவன் மனைவி பக்கத்து திண்ணையில் அமர்ந்திருந்தபடி பனியன் வேஸ்ட் பிரித்துக் கொண்டிருந்தாள்.

“புள்ளையக் கூட்டிட்டு போக வந்துட்டியா மணி?” என்றான் இவனைப்பார்த்து. ஆமாம் முருகேசு! என்று அவனிடம் நிற்காமல் இவன் டீச்சர் வீடு வந்தான். வீட்டினுள் நுழைந்தவன் குழந்தைகள் படிக்கும் அறையை எட்டிப் பார்த்தான். அந்த அறையில் சந்திரிகாவை காணாமல் சந்திரிகா! என்று பக்கத்து அறை நோக்கி

குரல் கொடுத்தான். உள்ளே வாங்க! என்ற குரல் கேட்டது. இவன் தயக்கமாய் அந்த அறைக்குள் நுழைந்தான். அது சந்திரிகாவின் படுக்கையறை. அந்த அறைக்குள் இது வரை இவன் நுழைந்ததில்லை.

இவன் நுழைந்த போது சந்திரிகா படுக்கையில் காலைத் தொங்க வைத்து அமர்ந்திருந்தாள். அப்படி சேரை இழுத்துப் போட்டு உட்காருங்க மணிபாரதி! என்று சொன்னவளின் குரல் ஒரு மாதிரியாக இருப்பதாக இவனுக்குப் பட்டது. சரி எதோ பிரச்சினை போல என்று யூகித்தவன் சேரை இழுத்து அவளுக்கு எதிரே போட்டு அமர்ந்து கொண்டான்.

“பிள்ளைங்க அவங்க பாட்டுக்கு எழுதிட்டு இருக்காங்க, ஒன்னும் இன்னிக்கு சொல்லிக் குடுக்கலையா?”

“சொல்லிக் குடுத்துட்டேன்ங்க. குளிச்சுட்டு வரலாம்னு போய்க் குளிச்சேன். அவங்க ஸ்கூல்ல குடுத்த ஹோம்வொர்க்கை எழுதிட்டு இருப்பாங்க அரை மணி நேரம்”

“சரி உன் குரல் ஏன் ஒரு மாதிரியா இருக்கு. என்னமோ மாதிரி இருக்கியே? குளிச்சேன்ங்றே! அப்புறம் ஏன் டல்லா இருக்கே?” என்று இவன் பேசப் பேசவே சந்திரிகா விசும்ப ஆரம்பித்தாள். இதென்னடா துக்கமா இருக்கு என்று இவன் நினைத்தான். எழுந்து போய் அவள் அருகில் அமர்ந்து தோளில் சாய்த்துக் கொள்ளலாமா? என்று தோன்றியது. தோன்றினால் எப்போதும் செய்பவன் தான் இவன் என்றாலும் தயங்கினான்.

“என்னாச்சு சந்திரிகா வீட்டுக்காரன் வந்தானா?” என்று கேட்டதற்கும் இல்லை என்று அழுதபடியே தலையை ஆட்டினாள். குழந்தைகள் படித்துக் கொண்டிருப்பதால் தான் இவள் விசும்புகிறாள் சப்தமில்லாமல் என்று இவனுக்கு தோன்றியது. சப்தமிட்டு அழ வாய்ப்புக் கிடைத்தாள் கதறி விடுவாள் போலிருந்தது. உதட்டை பற்களால் கடித்து அவள் தடுமாறுவதை கண்டதும் யோசியாமல் எழுந்து போய் அவளருகில் அமர்ந்து உடனே தன் நெஞ்சில் புதைத்துக் கொண்டான். இப்போதைக்கு இவளால் எதுவுமே சொல்ல முடியாது என்பதைக் கண்டு கொண்டான் மணிபாரதி.

சந்திரிகா போட்டுக் குளித்த சோப்பு சந்திரிகா சோப்பு போல இருந்தது. அது வேறு கம கமவென அறையெங்கும் வாசம் வீசியது. எனக்கு மட்டும் ஏன் இப்படி நடக்குது? என்று அழுகையூடே சந்திரிகா முனகினாள் இவனுக்கு மட்டும் கேட்குமாறு. ஒரு

பெண்ணை எவ்வளவு நேரம் தான் கட்டியணைத்திருக்க முடியும் ஒருவனால்? அதுவும் வெறுமனே! சந்திரிகாவோ காலத்துக்குமான தன் சோகங்களுக்கெல்லாம் அரவணைப்பு கிடைத்தது போல இவன் மார்பில் புதைந்திருந்தாள்.

உலகில் நூற்றுக்கு எத்தனை பெண்கள் தான் மகிழ்ச்சியாக இருக்கிறார்கள் என்ற சந்தேகம் இவனுக்கு வந்து விட்டது. இவன் கண்ட, பழகிய பெண்கள் பலரில் எல்லோருமே ஏதோ வந்து விட்டோம் இருந்து விட்டுப் போவோம் என்றே வாழ்ந்து கொண்டிருப்பதை உணர்ந்தான். சந்திரிகாவின் அழுகை மட்டுப்பட்டிருந்ததை உணர்ந்தவன் அவள் முகத்தை நிமிர்த்தினான்.

“இப்ப சொல்லு சந்திரிகா” என்றான்.

“வீட்டுக்காரனுக்கு என் மேல ஏதோ தப்பான எண்ணம் இருக்குங்க மணிபாரதி... இப்ப குளிச்சுட்டு இருக்கப்ப நேரா உள்ள வந்து நின்னு பார்த்துட்டு இருக்கான். நான் பார்த்ததும் வெளிய போயிட்டான்” என்றதும் அந்த நாயை இப்ப என்ன பண்றேன்னு பாரு நீ, என்று அவளை பிரித்து விட்டு வேகமாய் எழுந்தான் மணிபாரதி. சந்திரிகா இவன் கையைப் பிடித்து இழுத்து, “வேண்டாங்க மணி” என்றாள்.

“ஏன் வேண்டாங்கிறே சந்திரிகா! இதென்ன பழக்கம்? நாலு மிதி வச்சா திருந்திக்குவான்”

“அதுக்குத் தான் எனக்கு வேற இடத்துல வீடு பார்த்து சொல்லுங்க. காலையிலயே நான் மாத்திக்கறேன். அவனை அடிச்சு நீங்க எனக்காக பகைச்சுக்க வேண்டாம் ப்ளீஸ்”

“அது உனக்காக இல்ல சந்திரிகா. அவன் லட்சணத்தை அவன் பொண்டாட்டி தெரிஞ்சிக்கட்டும். நாளையும் பின்னி அப்படி நடக்காது வேற ஒருத்திக்கு. நான் உன்னை மொதல் நாள் பார்க்க வந்தப்பவே நாய் நொழையற மாதிரி உள்ள நுழைஞ்சான். வெளிய அவன் போறப்ப செவச் செவன்னு இப்பிடி உனக்கு இருக்குதுன்னு கையில காட்டிட்டு போனான் சந்திரிகா. உன்கிட்ட பேசிட்டு கிளம்புறப்ப கதவை லாக் பண்ணிட்டு குளின்னு சொல்லிட்டு போலாம்னு நினைச்சிருந்தேன். ஆனா மறந்துட்டு போயிட்டேன். எப்படிப் பார்த்தாலும் தப்பு உன்கிட்ட தான் சந்திரிகா”

“நாளையும் பின்னி அவன் எப்படியோ இருந்துட்டு போறான் ப்ளீஸ் இப்ப விடுங்க அவனை, நடந்து முடிஞ்சிட்டுதுங்க மணி”

“அப்புறம் ஏன் அந்த மாதிரி அழுதே நீ”

“நான் என்னை நெனச்சு அழுதேன். நீங்க கட்டிக்கவும் என் மொத்த சோகத்தையும் நெனச்சு அழுதுட்டேன். இதுக்காக அழலைங்க மணிபாரதி. வீடு மாத்திடணும்னு உடனே முடிவு பண்ணிட்டேன்”

“எங்க வேணாலும் வருவியா?”

“வர்றேன்ங்க”

“என் வீடு வா! பக்கத்துல எங்காச்சிம் வீடு கிடைக்குற வரை தங்கியிரு, காலையில வேன் எடுத்து ஜாமானை தூக்கிடலாம். ஓகேவா?”

“உங்களுக்கு ஒன்னும் பிரச்சினை இல்லையே?”

“கூப்பிடறது நான். நம்பி வர்றது நீ” என்றவன் முன்புற ஹாலுக்கு வந்து சேரில் அமர்ந்து கொண்டான். சந்திரிகா சமையலறை போக முயற்சிக்கவும் இவன் வேண்டாம் என்றான்.

“என்ன வேண்டாம்?”

“காபி வேண்டாம் சந்திரிகா”

“ஏன் ஏதாவது சரக்கடிச்சுட்டு வந்தீங்களா? சரக்கடிச்சவங்க தான் டீ, காபி வேண்டாம்பாங்க”

“அது அவங்களா நெனச்சிக்கறது. அப்படி ஒன்னும் இல்லை” என்றான். சந்திரிகா மணியைப் பார்த்து விட்டு குழந்தைகள் படிக்கும் அறைக்கு சென்றாள் அவர்களை தாட்டி விட! இவனும் ரம்யாவைக் கூட்டி கொண்டு கிளம்பினான். வீடு வந்தவனுக்கு வசந்தி சாப்பாடு செய்ய வேண்டாம் என்று குரல் கொடுத்தாள்.

ப்ரியா வேலைக்கு ஒரு வாரமாகவே செல்வதில்லை. அன்று சொன்னது போலவே அவள் இவன் வீட்டுக்கு வரவே இல்லை. இவன் கண்ணுக்கு அவள் தட்டுப்படவும் இல்லை. வசந்தியோடு பேசுகையில் வேறு போன் அவள் வாங்கவும் இல்லை என்றாள். போக இவளிடம் கொடுத்த போனையும் யாருக்கேனும் பண்ண

கேட்கவே இல்லை என்றாள். இது தான் மணிபாரதிக்கு ஆச்சரியமாக இருந்தது. சந்தோசமாக இருக்கிறாளா? என்று கேட்டதற்கும் அப்படித்தான் இருக்கிறாள் என்றாள் வசந்தி.

போக ஒருவார காலமாகவே இரவுச் சாப்பாட்டுக்கு இவன் அடுப்பை பற்ற வைப்பதில்லை. பூரி, இட்லி, தோசை என்று வசந்தி கொண்டு வந்து விடுகிறாள். வசந்தி நேற்றுத் தான் சொன்னாள் எதையும். ப்ரியாவுக்கு சமைக்கவே தெரியாதாம். ஐந்து நாட்களாய் அம்மாவிடம் கேட்டு அவள் தான் இவைகளை செய்து பழகிக் கொண்டிருப்பதாய். தவிர ஒரு வெங்காயம், மிளகாய் கூட இவளை கிள்ள விடுவதில்லையாம். இன்று என்ன ஸ்பெசலோ என்று இவன் பாப்பாவுக்கு வேறு துணி எடுத்து மாற்றக் கொடுத்தான்.

"அப்பா, வசந்தி நேத்து சொல்றா ப்ரியாவை நீங்க கல்யாணம் பண்டிக்கப் போறீங்கன்னு!"

"நான் கட்டிக்கட்டா வேண்டாமா? அவளை உனக்கு புடிக்காதா?" என்றான் லுங்கி மாற்றிக் கொண்டே.

"கட்டிக்கப்பா! எத்தனை நாளைக்குத் தான் நீயே எனக்கு எல்லாம் பண்டி உட்டுட்டு இருப்பே. ப்ரியாவை கட்டிட்டா அதே அம்மா மாதிரி பார்த்துக்கும்" என்று ரம்யா சொல்கையில் வசந்தி பாத்திரத்தோடு உள்ளே வந்தாள்.

"பாப்பா கிட்ட ஏன் வசந்தி கல்யாண நாயம் எல்லாஞ் சொன்னே? நானே அவ உறுதியா சொல்வாளோ மாட்டாளோன்னு இருக்கேன். பாப்பா பாட்டுக்கு அம்மா மாதிரி ப்ரியா வந்துடுவான்னு நெனச்சுட்டு கடைசில ஏமாந்து போயிடுச்சுன்னா?" என்றவன் வீட்டின் பின்புற விளக்கை போட்டு கைகால் முகம் அலம்பச் சென்றான். பாப்பாவும் பின்னால் சென்றது.

அன்று தட்டில் சப்பாத்தி இருந்தது இவர்கள் சாப்பிட அமர்ந்தார்கள். பாப்பா இட்லி, பூரி என்று எதுவாக இருந்தாலும் சரி இரண்டுக்கும் மேல் சாப்பிட மாட்டாள். அதைச் சாப்பிட டிவி ஓட வேண்டும். அரை மணி நேரம் ஆகும். அவளையும் வசந்தி ஏமாற்றி டிவியை ரசித்து பார்த்துக் கொண்டிருக்கையில் இவனிடம் கண்ணடித்து விட்டு பின்புறமிருந்து அவள் வட்டலில் பூரி ஒன்றை முன் தினம் வைத்து விட்டாள். பாப்பாவுக்கு டிவி முசுவில் கணக்கு தெரியவில்லை. சாப்பிட்டு விட்டது. இன்றும் பாப்பா

தன் வட்டலை எடுத்துக் கொண்டு டிவியை போட்டு அமர்ந்து கொண்டது. சாப்பிட்டு முடித்ததுமே படுக்கைக்கு போய் விடுவாள்.

மணிபாரதி குருமாவை ஊற்றிக் கொண்டான். புருசனுக்கு இப்படி காங்கேயத்தில் பக்கத்தில் அமர்ந்து சாப்பாடு போட வேண்டியவள் இங்கே இவனுக்கும் முன்னால் அமர்ந்திருப்பது இவனுக்கு வருத்தமாய் இருந்தது. இவன் முகத்தைக் கவனித்தவள் அவளாக ப்ரியாவை நினைத்துக் கொண்டு தான் சொன்னாள்.

"அவ இன்னம் ரெண்டு நாள்ல உங்க கிட்ட வந்து கட்டிக்கிறேன்னு சொல்லுவா பாருங்கண்ணா"

"நீ எதாச்சிம் புத்திமதி சொல்றேன்னுட்டு போயி பக்கத்துல உட்கார்ந்து மணிபாரதி வீரன் சூரன்னு சொல்லிடாதேயாயா! அவளா முடிவு செய்யட்டும். உங்கொம்மா கிட்டயும் சொல்லிடு. அவளை எதாச்சிம் திட்டிடப் போவுது. பஸ் ஏறிடுவா பாத்துக்க! அங்க போயிட்டாள்னா நம்மாள ஒன்னும் செய்ய முடியாது"

"சரீங்கண்ணா! இன்னிக்காச்சிம் நைட்டு வரவா? எனக்கு ஒரு ஏற்பாடு பண்ணி உட்டுட்டீங்கன்னா நான் காங்கேயம் போயிடுவேன்ல! பத்து நாள் தள்ளிப் போச்சுன்னாக் கூட நான் சந்தோசமா ஓடீருவேன்"

"உன் தங்கச்சி கல்யாணம் நடக்கணும்னா நீ கம்முன்னு இருக்கணும். இந்த நைட்டு வர்றேன் பகல்ல வர்றேன்னு பேசிட்டு இருக்கக் கூடாது. துளி அசம்பல் ப்ரியாவுக்கு தெரிஞ்சா போச்சுடி" என்றான். அவள் காலித் தட்டத்தை எடுத்துக் கொண்டு கழுவ பின்னால் சென்றாள்.

படுக்கைக்கு இவன் வருகையில் வழக்கமான நேரமே ஆகிவிட்டது. இன்றும் பாப்பாவை ஏமாற்றி ஒரு சப்பாத்தியை நேம்பாக தள்ளி விட்டாள் வசந்தி. பாப்பா கை கழுவியதும் போய் படுத்துக் கொண்டாள்.

படுக்கையில் விழுந்தவனுக்கு படுத்தவுடன் உறக்கம் வருகிறதா என்ன? ப்ரியாவின் பிரச்சினை வந்த போதிலிருந்து இவனுக்கு அதே யோசனை தான். எப்போது ப்ரியா, வசந்தி சாப்பாடு இப்போது எடுத்து வந்தது போல வருவாள்? என்று தான். நாளை வருவாள் நாளை மறுநாள் வருவாள் என்று நம்பிக்கொண்டிருந்தான். அவள்

கையில் போன் இருந்தாலாவது கூப்பிட்டுப் பேசலாம் என்றால் அதையும் ஏனோ வெறுத்து விட்டாள்.

இந்தப் பெண்களை சாகும் காலம் வரை புரிந்து கொள்ளவே முடியாது தான் என்று நம்பினான். இன்று சந்திரிகா கூட தோளில் சாய்ந்து ரொம்ப அழுது விட்டு முருகேசன் வந்து பார்த்து விட்டு போனதற்காக அப்படி அழவில்லை என்கிறாள். பிரியாவுக்கே முடிவு செய்தால் தான் வீடு வருவேன் என்று சொல்லும் தைரியம் இருக்கும் போது இவனுக்கு அவளை கண்ணுக்குள் பார்க்காமல் இருக்கக் கூட தைரியம் இல்லை. காலம் போய்க் கூட இந்தக் காதல் அதுபாட்டுக்கு தன் வேலையை காட்டுகிறது தூங்க விடாமல்! என்றே யோசித்துக் கிடந்தான்.

தன் செல்போனை எடுத்து சிம்காரனின் மெசேஜ்களை டெலிட் செய்து கொண்டிருந்தான். சந்திரிகா இவன் கிளம்பி வருகையில் போன் செய்வதாக கூறியிருந்தாள். இன்னமுமா சாப்பிட்டு படுக்கைக்கு வராமல் இருக்கிறாள்? சந்திரிகாவுக்கான வீடு கம்புளியம்பட்டியில் கிழக்கு கடைசியில் இருக்கிறது. அங்கிருந்த மாணிக்கம் அண்ணன் மேக்கூரில் புது வீடு கட்டி போய் விட்டது குடும்பத்தோடு. சாவி பக்கத்து விட்டில்தான் இருப்பதாக கூறி இருந்தது. சும்மா கிடக்கும் வீட்டில் இன்னும் யாரும் குடியிருக்க வரவில்லை.

இவனாக தன் வீட்டில் தங்க சந்திரிகாவுக்கு சம்மதமா என்று வேண்டுமென்றே என்ன சொல்கிறாள் என்று பார்க்க கேட்டான் அப்படி. அவளோ சம்மதம் என்று சொல்லி விட்டாள். அவள் சம்மதம் சொன்ன போது இவனுக்கு கோட்டை ஒன்றை வென்று விட்டதான நிம்மதி ஒன்று மனதில் வந்து அப்போதே படர்ந்தது. ஆண் தன்னை ஆணாக உணரும் பல தருணங்களில் அதுவும் ஒன்று. ஆனால் ப்ரியா விசயத்தில் தான் இப்போது வரை தோற்றுப் போன நிலையில் இருந்தான். ப்ரியாவை வெல்வதற்கான ஆயுதங்கள் இவனிடம் இருந்தும் ஏனோ அவள் போக்கிலேயே விட்டு விட்டான். தோற்றபின் ஜெயிக்கும் வெற்றி இனிக்கும் என்று ஜமாளித்துக் கொண்டான். சந்திரிகா எப்போதும் மிஸ்டு கால் கொடுக்க மாட்டாள். ஆனால் இன்று மிஸ்டு கால் வந்தது. இவன் காத்திருந்தவன் போல கூப்பிட்டான்.

-சந்திரிகா என்ன இன்னிக்கி மிஸ்டுகால்? பேலன்ஸ் தீர்ந்து போச்சா?

-எப்படி இருந்தாலும் கட் பண்ணிட்டு கூப்பிடப் போறீங்க. அதனால தான் அப்படி!

-காலையில ஒன்பது மணிக்கு உன் வீட்டு முன்னால வேன் நிற்கும் ரெண்டு பேரு ஜாமான் செட்டுகளை தூக்குவாங்க! பளிச்சுன்னு வீடு ஆனதும் வேன் கிளம்பிடும்.

-நானும் பீட்டரும்? வேன்ல வர்றதா?

-இல்ல நான் வருவேன். வேன் கிளம்பின பின்னாடி எனக்கு தகவல் சொல்லு!

-சரி உங்க வீடு என்ன பெரிய வீடுங்களா மணிபாரதி. தங்கிக்கிறேன் ஆனா சீக்கிரம் எனக்கு தனியா வீடு பார்த்துடணும். அங்கியே தங்கிக்க சந்திரிகான்னு அடம் பிடிக்கக்கூடாது.

-அடம் பிடிச்சாலும் கிளம்பிடுவியா சந்திரிகா?

-ஊர் உங்களை தப்பா பேசும்ங்க. சொந்த ஊர்ல இருக்கீங்க என்ன பேசும்னு தெரியாதா? டீச்சரை வச்சிருக்கான் இத்தனை காலம் கழிச்சுன்னு சொல்வாங்க.

-வச்சிருக்கிறதுன்னா என்ன சந்திரிகா? இப்ப உனக்கு ஒரு பிரச்சினை கவலையேபடாதே என் வீடு இருக்குன்னு கூட்டிட்டு வர்றேன். நீ வந்து தங்கிக்கிறே. அதுக்கு பேரா வச்சிருக்கிறது?

-இந்தக் குசும்புக் கேள்வியெல்லாம் கேட்கக் கூடாது என்கிட்ட! உங்க ஊரு அது. நாலு பேரு கண்டிப்பா பேசுவாங்க. அது உங்களுக்கும் எனக்குமே அசிங்கம்.

-அதுக்கு பேசாம நான் உன்னை வச்சிக்கறனே! பேசிட்டு போச்சாறாங்க. எத்தனை நாளைக்கு பேசுவாங்க? என்ன பேச்சையே காணம்? ஆமா நீ சூப்பர் அழகு. நானெல்லாம் வச்சிருந்தா உனக்கு பிடிக்காது தான்.

-வேற பேசலாமே நாம!

-அப்ப சரிங்க மேடம், உங்களுக்கு வீடு தனியா இருக்குங்க. நான் சும்மா தமாசுக்குத்தான் சொன்னேன் என் வீட்டுல தங்கிக்கங்கன்னு. கண்டிப்பா நான் வந்து கூட்டிட்டு வந்து விட்டுடறேன். தப்பா பேசியிருந்தா மன்னிச்சுக்கங்க! பை!

என்றவன் போனை கட் செய்து விட்டு கையில் பிடித்தபடியே யோசித்தான்.

சரியாய்த் தான் செய்தோமா? என்று குழப்பமாய் இருந்தது. டீச்சருக்கு ஏன் நம் பேச்சு பிடிக்காமல் போயிற்று? பின்னே எத்தனை நாள் டீச்சருக்கு கல் எறிந்து கொண்டே இருப்பது? டீச்சரின் மேல் ஆசை இருக்கிறது. அது உறுதியாக தெரிகிறது. பின் ஏன் போலித்தனமாய் சாப்பிட்டீங்களா? பையன் சாப்பிட்டானா? என்று சுற்றி வளைத்துக் கொண்டிருப்பது?

டீச்சருக்கு ஆசை இருந்தால் கண்டிப்பாய் கூப்பிடுவாள். இல்லையென்றால் சந்தோசமாய் கம்புளியம்பட்டியில் இருந்து கொண்டு ரம்யாவுக்கு டியூசன் மட்டும் எடுக்கட்டும். வீணாய் தொந்தரவு செய்ய வேண்டியதில்லை. சந்திரிகா ஆயிரத்தெட்டு யோசனையில் இருப்பாள் என்று இவனாக கற்பனை செய்து கொண்டான். இந்த வாரத்தில் இவனுக்கு எதுவுமே உறுப்படியாய் நடக்கவில்லை!

மீண்டும் சந்திரிகாவின் அழைப்பு வந்தது! மனசு முப்பத்தைந்து வயதிலும் படக் படக்கென அடித்துக் கொண்டது. எப்படிப் பேசினால் எப்படி ஜமாளிக்க வேண்டும் என்று மனதை சமநிலைக்கு கொண்டு வந்தான். இவன் யோசிப்பில் அது நின்றே போனது. தொடர்ந்து அடுத்த அழைப்பும் வரவே நிதானமாய் எடுத்தான் மணிபாரதி.

-என்ன உடனே பை சொல்லிட்டு கட் பண்ணிட்டீங்க?

-வேற பேசலாம்னு உடனே சொன்னீங்க நீங்க. சரி எது பேசினாலும் மேடத்துக்கு பிடிக்காதுன்னு கட் பண்ணிட்டேன். நான் கொஞ்சம் அதிகமாத்தான் நடந்துட்டேனுங்க! அப்புறம் ஒன்னு பேசிட்டு இருக்கப்ப வேற பேச எனக்கு வராது. வச்சுரட்டுங்ளா?

-ஏன் வச்சுடறேன்னு சொல்றீங்க? வாங்க போங்கன்னு சொல்றீங்க? எனக்கு திடீருன்னு கஷ்டமா இருக்குங்க! பொம்பளைங்களைத் தான் புரிஞ்சுக்க முடியாதுன்னு நீங்க சொல்வீங்க. இப்ப ஆண்களைத் தான் புரிஞ்சிக்க முடியல எனக்கு.

-எல்லாம் தெரிஞ்சிட்டே பேசுறவங்க கிட்ட என்ன பேசங்க நானு!

-சரி நான் அப்படி சொன்னதுக்கு சாரிங்க மணிபாரதி

-எப்படி சொன்னதுக்குங்க?

-அதான் நான் தப்பா பேசின மாதிரி நீங்க நெனச்சிட்டு இருக்குறது.

-இதான் பூசி மெழுகுறதுங்றது! நீங்க தப்ப பேசினதா நான் சொல்லவே இல்லைங்க மேடம். ஊர் பேசுற மாதிரி, வச்சிக்கறேன்னு சொன்னேன். அது என் தப்பு தான். அதனால தான் தப்பா பேசிட்டன்னு வெக்கப்பட்டுட்டு கட் பண்ணிட்டேன். இன்னும் பேசினீங்கன்னா மறுபடி எதுனா தப்பா பேசுவேன். அதனால சண்டையோ என்னமோன்னு நெனச்சிட்டு நாளைக்கு உதவி பண்ணுவானோ மாட்டானோன்னு பயந்துக்காதீங்க.

-திடீருன்னு என்னாச்சு உங்களுக்கு?

-இல்லங்க மேடம் நான் மொதல்லயே சொன்னேன். நான் கெட்டவன்னு. அதும் நீங்க கேட்டதால! உங்களுக்கு ஒரு வார்த்தை பேசினது பிடிக்கலையாட்டன்னு ஜமாளிச்சுட்டு நீங்க சொன்ன மாதிரி மாத்தி பேசிட்டு இருக்க நான் படிச்சவன் இல்லை. நீங்க டீசண்ட்டா பழகணும்னு நெனச்சா அந்த ஆள் நான் இல்லைங்க மேடம். எனக்கு அது என்னான்னு தெரியாது. பிடிக்காம தயவு செய்து ஒருத்தன் உதவினான்னு மனசுல வச்சிட்டே அதுக்காக பழகாதீங்க...

-பிடிக்காமத்தான் இப்படி ராத்திரி பேசிட்டு இருக்கேனுங்ளா நானு?

-ஆமா! ராத்திரில பேசுற மாதிரியா பேசுறீங்க மேடம் நீங்க? க்ளாஸ்ல கொழந்தைகளுக்கு நல்லொழுக்கம் கத்துக் குடுக்குற மாதிரி பேசுறீங்க. இதை கத்துக்கவா நான் உங்ககிட்ட பேசுறேன். நீங்க அழகா இருக்கீங்க, குரல் நல்லா இருக்குன்னு பேசினவன் தான் நானு. அப்பவே வேற பேசலாம்னு சொல்லியிருந்தீங்கன்னா நான் பக்கா டீசண்ட்டா ஒதுங்கி இருப்பனே! மேடம் ரொம்ப நல்லவங்க. மேடத்துக்கு துன்பம் தர்றமாதிரி நாம குறுக்க போகக் கூடாதுன்னு உடனே முடிவுக்கு வந்துடுவேன்.

உங்களை இப்படின்னு எதிர்பார்க்கலைன்னு சொல்லி என்னை நோகடிச்சிடாதீங்க மேடம்.

-உங்களுக்கு இப்ப என்ன வேணும்?

-ஒரு மரத்துல சூப்பரான மாங்காய் தொங்குதுன்னு வச்சிக்கங்க. கல்லெடுத்து குறி பார்த்து இடறேன். விழலை அடுத்த கல்லை எடுத்து இடறேன் அதும் விழலை. இப்படி இட்டுட்டே இருந்தாலும் அது விழ சான்சே இல்ல! கையிதான் வலிக்கும். கிளம்பிட வேண்டிது தான்.

-அதா பழுத்து விழும்ல! காத்திருந்து தான் எடுத்து சாப்பிடணும்.

-மேடம் நான் மாங்கா கதை சொல்லிட்டு இருக்கனுங்க!

-நானும் அதே மாங்கா கதை தானுங்க பேசிட்டு இருக்கேன்.

-சரி அது வரைக்கும் நான் அந்த மரத்தடியில நிக்கணும்ல!

-பொறுமை வேணுங்க மணிபாரதி. நல்ல பழம் அப்பத்தான் கிடைக்கும்.

-எனக்கு பழம் வேண்டாம். அந்த காயிக்கு தெரியும் இவனுக்கு தேவைங்காட்டித் தான் கல்லெடுத்து இடுறான்னு! சும்மா சுளிச்சு சுளிச்சு விளையாடிட்டே இருந்தா எனக்கு மாங்காய் ஆசையே போயிடும் மேடம். அது அப்பலையாவே போயிடுச்சு. மரத்தை விட்டு கிளம்பிட்டேன்.

-போக வேண்டாம் நானே விழறேன்.

-மாங்கா பேசுது எங்க இன்னொருவாட்டி பேசுங்க மேடம்.

-நானே விழறேன் கல்லெல்லாம் எறிய வேண்டாம்னு சொல்றேன்.

-அடிச் சந்திரிகா இதற்குத் தானேடி ஆசைப்பட்டான் இந்த மணிபாரதி! சுளிச்சா குடுக்குறே?

-என் வீட்டுக்காரன் பேசுற மாதிரி அடி புடின்னு பேசாதீங்க மணிபாரதி.

-சரி சந்திரிகா மாங்காயே! நான் அங்க வரவா?

-அப்படியென்ன அவசரம் உங்களுக்கு? நான் தான் உங்க ஊருக்கே வர்றேனே!

-இப்படி பேசுறது தான் எனக்கு பிடிக்காது. போனை வச்சிடவா!

-இன்னொருக்கா கட் பண்ணுனீங்கன்னா எனக்கு அழுகை வந்துடும்

-அப்ப நான் வர்றேன்.

-நீங்க பைக்குல வருவீங்க. இன்னாரத்துல எதுக்கு பைக் வருதுன்னு வீட்டுக்காரன் வந்து பார்ப்பான். கடைசி நேரத்துல சிக்கலாயிடும். ப்ளீஸ் ப்ளீஸ் நாளைக்குங்க!

-அப்ப உங்களுக்கு என்னை பிடிக்கலைங்க மேடம் சும்மா இப்பத்திக்கி சமாதானப்படுத்த மாங்கா கதை சொல்லியிருக்கீங்க!

-உடனே வாங்க போங்கவா? நான் என்ன பண்ண முடியும். பையன் இருக்கான்லங்க.

-ஒரு பழமொழி ஒன்னு சொல்வாங்க சந்திரிகா மேடம்.

-மேடத்தை விடுங்க!

-ஒரு பொம்பளை முடிவு பண்ணிட்டா புருசனுக்கு சாப்பாடு போட்டுட்டு அவன் சாப்பிட்டு முடிக்கறதுக்குள்ள சந்துக்குள்ள நின்னாவது தப்பு பண்ணீட்டு வந்துடுவாளாம்.

-அந்த மாதிரியெல்லாம் எனக்கு வேணாம். எனக்கு நிதானமா ரசிச்சு ருசிச்சு வேணும்! என் ஆசையே அது தான்.

-அப்ப உன் பையன் எப்படி போட்டது போட்டபடி தூங்குவானா? இடையில எந்திரிப்பானா?

-அவன் ஒரே தூக்கம் தான். நாம திட்டம் போட்டதுக்காக தனியா தூங்க வச்சிட்டு வரணுமா?

-ரசிச்சு ருசிச்சு நிதானமெல்லாம் சொன்னே?

-சொன்னேன் சிச்சுவேசன் சரியில்லீங்களே பாஸ்!

-சரி கட் பண்ணிக்கறேன் நான்.

-ஐய்யோ பாஸ் நான் எங்கே வர? உங்க பாப்பா?

-அதும் காலையில தான் எந்திரிக்கும். எங்க வீட்டுக்கே கூட்டிட்டு வரல்ல்ல்லாமாஆன்னு யோசிக்க்கிறேஏஏன்.. இல்லை சந்திரிகா நாம காட்டுல கும் இருட்டுல கும்முறோம்.

மணிபாரதி வீட்டினருகில் தன் பைக்கை ஸ்டார்ட் செய்யாமல் பஞ்சரான வண்டியை உருட்டுவது போல் உருட்டிக்கொண்டு ஊரின் முக்கு போய் ஸ்டார்ட் செய்து கிளம்பினான் என்று வைத்துக் கொள்ளுங்கள். சந்திரிகா வீட்டை வெளியில் பூட்டிக் கொண்டு கிளம்பி அந்த இரவில் தோட்டத்தின் முகப்பு வரை யாராவது பார்த்து விடுவார்களா என்று அஞ்சியபடியே திரும்பித் திரும்பி பார்த்தபடி ரோட்டுக்கு வந்தாள் என்று வைத்துக் கொள்ளுங்கள்.

பைக்கில் வந்த மணிபாரதி முருகேசன் தோட்டத்துக்கு சற்று முன்பாகவே ஊர்ந்து வந்து கொண்டிருந்த சந்திரிகாவை தன் பைக்கில் ஏற்றிக் கொண்டு திரும்பவும் வந்த வழியிலேயே வண்டியைத் திருப்பி ஓட்டி வந்து குறைந்த விலையில் இடம் விற்பனைக்கு என்று தட்டி வைத்திருந்த காட்டின் உள் பைக்கை உருட்டிப் போய் கடைசி மூலையில் நிப்பாட்டி விட்டு அங்கேயே வேப்பை மரத்தினடியில் அமர்ந்து செல்போன் விளக்கு வெளிச்சத்தில் அஞ்சாங் கல் விளையாட்டும். தாயக்கரமும் பிரியத்துக்கு சலிக்க ஆடிவிட்டு எழுந்து போனார்கள் என்று சொன்னால் நம்பமாட்டீர்கள் தானே!

11. மரப்பல்லி

ஜெனி தன் படுக்கையறையில் கண்ணாடி டம்ளரில் வொய்னையும் பீரையும் கலந்து ஊற்றிக் குடித்துக் கொண்டிருந்தாள். கூடவே சின்ன பாட்டிலில் இருந்த விஷத்தையும் அதில் கலந்தாள். ஏற்கனவே ஜெனி மூன்று டம்ளர்களை அதே மிக்ஸிங்கில் குடித்து முடித்திருந்தாள். அவளுக்கு சாவு உடனடியாக வேண்டும் என விரும்பினாள். ஆனால் அது மூன்று டம்ளர் குடித்து முடித்தும் உடனடியாக வருவது மாதிரி தெரியவில்லை.

ப்ரியாவுடன் இணைந்து வாழும் வாழ்க்கையை ஜெனி ஒவ்வொரு இரவிலும் கற்பனை செய்து கொண்டிருந்தாள். அவளுக்கும் அது சிரமம் தானோ என்று கடைசியாய் புரிந்து கொண்டு தான் வந்தது. ப்ரியாவின் போன் தொடர்பும் இல்லை என்றால் என்னவாயிருக்கும்? ஒன்று ப்ரியாவை ப்ரைன்வாஸ் செய்து அந்த சுண்ணாம்பு பூசிக்கு கட்டிக் கொடுத்திருப்பார்கள்.

அல்லது ப்ரியாவை வீட்டுச் சிறையில் அடைத்திருப்பார்கள். இல்லை ப்ரியா தூக்குப் போட்டு செத்திருக்கலாம். தன் வாழ்வில் ப்ரியா இல்லாமல் ஜெனியால் யோசித்துக் கூடப் பார்க்க முடியவில்லை. ஜெனி எதிர்பார்த்ததெல்லாம் ப்ரியாவிடமிருந்து ஒரு தகவல். நான் வருகிறேன் ஜெனி! அவ்வளவு தான். அது நடக்கவே இல்லை. அது நடக்கும் என்று நம்பிக் கொண்டு துன்பப்பட்டாள் ஜெனி.

வேதனையும் சந்தோசமும் வாழ்க்கையின் பகுதிகள். எல்லோருக்கும் வேதனைகள் என்றால் வலியாய் இருக்கிறது. ஆகவே அவர்கள் வேதனைகளை கூட்டிக்கொண்டு வரும் சந்தர்ப்பங்களை தவிர்க்கிறார்கள். வேதனையை ஏமாற்றி விட்டதாய் நம்பிக் கொண்டு வலியற்ற வாழ்வை வாழ முயற்சிக்கிறார்கள். ஆனால் வேதனையற்ற வாழ்வு வேண்டுமெனில் சந்தோசங்களையும்

தவிர்க்க வேண்டுமென்ற நினைப்பு அவர்களிடம் இல்லாததால் அதில் வீழ்கிறார்கள். சந்தோசத்தை தவிக்க நினைப்பவர்களுக்கு வேதனைகள் என்றுமே இல்லை. அவர்களுக்கு வேதனையின் வலி இல்லை. சந்தோசத்துடன் கூடவே வேதனையானது நிழல் போல வருகிறது.

வேதனைக்கும் சந்தோசத்திற்கும் இடையில் ஒன்றிருக்கிறது. அது பதட்டம். அந்த பதட்டம் தான் வாழ்க்கையை ஏதோ ஒருவழியில் வாழச் செய்கிறது. அதனால் தான் வளர்ச்சி வேதனையாக இருக்கிறது. ஜெனி தொட்டதிலெல்லாம் சந்தோசமே வேண்டுமென்றாள். வாழ்வுக்கான பதட்டம் அவளை இத்தனை நாளும் சந்தோசத்தை நோக்கியே நகர்த்தி வந்தது. நிழல் முன்னுக்கு இப்போது வந்து விட்டது. அதைத் தாண்டத்தான் அவளுக்குத் தெரியவில்லை. அவள் இத்தனை காலமும் வேதனையை அறிந்ததில்லை. வேதனையை நோக்கிச் சென்றதில்லை. வேதனை எப்படி இருக்கும் என்பதை உணர்ந்து கொண்டாள்.

அது அவளுக்கு பிடிக்கவில்லை. யாருக்குத் தான் வேதனை பிடிக்கும்? ஆனால் அதை வலியத் தேடிப்போனது தான் தான் என்ற யோசனை தான் வருவதில்லை. அது தெரிந்து விட்டால் அந்த ஆட்டத்திலிருந்து துள்ளி வெளி வந்து விடுவாள். அதற்கான அறிவு அங்கில்லை. வேதனையின் கனம் அவளை படிப்படியாய் கொல்லத் துவங்கியது. அது அவளுக்கு வலியையும் காட்டியது. வலியை தாங்கிக் கொள்ள இயலாமல் விஷபாட்டிலை எடுத்துக் கொண்டாள். கடைசி டம்ளரையும் ஜெனி காலி செய்து விட்டு போதையை மட்டுமே உணர்ந்தாள். சாவு இவ்வளவு தாமதமாகவா வரும்? செல்போனை எடுத்துக் கொண்டு கட்டிலில் சாய்ந்தாள். யாரைக் கூப்பிடுவது? அம்மாவை கூப்பிடலாமா? கதிர்வேலன் எண் முன்னால் இருந்தது. முதலில் இவனிடம் ஒரு சாரி கேட்டுவிட்டு அம்மாவை அழைப்போம் என்று நினைத்தபடி அவனை அழைத்தாள். அது ரிங் ஆகிக் கொண்டே இருந்தது. சீக்கிரம் எடுத்துத் தொலயடா! எனக்கு நேரம் இல்லை!

-ஜெனி நீங்களா? ஆச்சரியமா இருக்குங்க!

-டேய் நான் உன்கிட்ட சாரி கேட்டுக்கறண்டா! ப்ரியா என்னை ஏமாத்திட்டாடா!

-அது கெடக்குது அவளை நீங்க ஏமாத்திடுங்க ஜெனி!

-ஆமாம்! நான் அவளை ஏமாத்திட்டேன்! அவ ஏமாத்தினா நானும் ஏமாத்திட்டேன்.

-ஆமா நீங்க ஏன் இப்படி பேசுறீங்க? அதிகமா குடிச்சுட்டீங்களா? சீக்கிரம் திருந்துற வழியப்பாருங்க ஜெனி!

-இனி எங்கடா நான் திருந்துறது? சரக்கோட விஷத்தை சாப்டுட்டேண்டா!

-ஏங்க ஜெனி... ஜெனி! என்னங்க சொல்றீங்க? நான் உங்க மாமனுக்கு தகவல் இப்ப சொல்லிடறேன்... என்னங்க ஜெனி இப்படி பண்ணிட்டீங்க... ஜெனி... லைன்ல இருக்கீங்களா?

என்றபோது எதிர் முனையில் எந்த சப்தமும் இல்லை. படுத்திருந்தவன் பரபரப்பாய் எழுந்தான். கட் செய்து விட்டு ஓனர் நெம்பரை தேடினான் கதிர்வேலன்

"என்னதான் மனசுல நெனச்சிட்டு உட்கார்ந்திருக்கேடி ப்ரியா?" என்று வசந்தி தான் ஆரம்பித்தாள் அன்று காலையில்.

"ஒன்னும் நெனைக்கலக்கா! நெனைக்க என்ன இருக்கு? அம்மா கோயிலுக்கு போயிடுச்சுன்னு நேக்கா என் பிரச்சினைய தீர்த்துடலாம்னு பாக்கியா?"

"அப்ப உன்னுது பிரச்சினை தானா? ரெண்டு வாரமா நானும் பார்த்துட்டே இருக்கேன். இப்ப சம்மதம் சொல்லிடுவா சொல்லிடுவான்னு! எதாச்சிம் அக்காட்ட சொன்னாத் தான எனக்கும் தெரியும்டி"

"மணிபாரதி உங்கிட்ட சொல்லுச்சாக்கா? போயிக் கேளுடின்னு?"

"அந்தண்ணன் எதும் சொல்லுல! எப்பிடி இருக்கா? சந்தோசமா இருக்காளா? உம்முன்னு இருக்காளான்னு மட்டும் ஒவ்வொருவாட்டியும் கேக்குது"

"உம்முன்னு நான் ஏன் இருக்கேன்?"

"அப்படித்தான் சொன்னேன். ஆனா எனக்கு ஆசையெல்லாம் நீ மணிபாரதியை கட்டிக்கோடி! அதுக்கு உன்மேல ரொம்ப ஆசை. எல்லாம் நான் பண்ணினது தான். சும்மா அதுபாட்டுக்கு வேலைக்கு போயிட்டு வந்துட்டு இருந்துச்சு. தங்கச்சிய

கட்டிக்கோண்ணான்னு சொன்னதுல இருந்து பிரச்சினையாம். தூங்கவே முடியறதில்லையாம்."

"நான் கல்யாணம் பண்ணிக்கிறேன்னு சொன்னனா உங்ககிட்ட? நீங்களா எல்லாம் பண்ணி வச்சுட்டு என்னையே பார்த்துட்டு இருக்கீங்க என்ன சொல்வன்னு! நான் ஒன்னையும் சொல்ல முடியாம இருக்கன்."

"இப்படியே உக்காந்துட்டு இருப்பியா?"

"நீ உக்காந்துட்டு இருக்கீல்ல" என்று ப்ரியா கேட்டதுமே வசந்தி அழுகையை ஆரம்பித்து விட்டாள். அப்புறம்தான் ப்ரியாவுக்கே அக்காவைப் பற்றி மணிபாரதி சொன்ன விசயங்களே ஞாபகத்திற்கு வந்தது.

"அக்கா சாரிக்கா! என்னை மன்னிச்சிடுக்கா! பளீஸ்க்கா! மளார்னு வாய்தவறி சொல்லிட்டேன்" என்று அவளை நெருங்கி உட்கார்ந்து அவளின் தலையை தடவினாள்.

"நான் தான் தெரியாமச் சொல்லிட்டேன்னு சொல்றேன்லக்கா! அழுகாதீக்கா!"

"நான் வேலைக்கி போறேன்னு மணிபாரதிகிட்ட சொல்லியிருந்தேன். அதுக்குள்ள உனக்கு பிரச்சினையக் குடுத்துட்டேன். நீ எதும் தப்பா பண்ணிக்கக் கூடாதுன்னு தான் வேலையே வேண்டாம் நீ அவ கூடவே இருன்னு மணிபாரதியண்ணன் சொல்லிடுச்சு! இல்லன்னா நானும் வீட்டுல சும்மா உக்காந்திருக்காம வேலைக்கி போயிருப்பேன்" கண்களை துடைத்துக் கொண்டு வசந்தி பேசினாள்.

"இப்ப நீ கேட்ட மாதிரி அம்மா கேட்டுடுமோன்னு தாண்டி எனக்கு பயமா இருக்கு ப்ரியா"

"அம்மா அப்படி கேக்காதுக்கா! நான் தான் லூசு கேட்டுட்டேன்"

"எத்தனை நாளைக்குத் தாண்டி அம்மாவும் பொறுமையா பார்த்துட்டே இருக்கும் என்னை? மணிபாரதியண்ணன் தான் சொல்லுது அதுமோட கல்யாணத்துல நானும் என் ஊட்டுக்காரனும் முன்னால நிப்போமாம். எல்லாம் சீக்கிரம் நடக்கணும்டி!"

"போனு எங்கே கொண்டாக்கா!" என்றாள் ப்ரியா!

“அது டேபிள் மேல இருக்கு எடுத்துக்கோ”

ப்ரியா எழுந்து போய் போனை எடுத்தாள். ஜெனியின் நெம்பரைப் போட்டு அடித்தாள். ‘திஸ் நெம்பர் கரண்ட்லி சுவிட்சுடு ஃஆப்’ என்றது. தன் சிம்மைப் போய் எடுத்து வந்து செட்டில் போட்டாள் ப்ரியா. இன்பாக்ஸில் இருபத்தைந்து மெசேஜ்கள் இருக்கின்றன என்று காட்டியது! எல்லாமே ஜெனி என்றே இருந்தது. முதலில் நின்ற மெசேஜை ஓப்பன் செய்தாள். குட்பை ப்ரியா! என்றிருந்தது! ப்ரியாவுக்கு அழுகை உடனே வந்தது! அழுகையோடே மணிபாரதி வீட்டுக்கு ஓடினாள். வசந்தியும் பின்னால் எழுந்து ஓடினாள்.

பாப்பாவை பள்ளிவேனுக்கு ஏற்றி அனுப்பி விட்டு அப்போது தான் வந்தவன் பூட்டியிருந்த தன் வீட்டுக் கதவை திறந்தபடி இருந்தான். இவள் அழுகையுடன் ஓடிப்போய் அவனருகில் நின்றாள். கதவை திறந்து விட்டு விட்டு இவளை திரும்பிப் பார்த்தவன், என்ன அழுகை? என்றான். மணிபாரதி கையில் செல்போனைத் திணித்தாள். அவன் அந்த மெசேஜைப் படித்தான்.

“என்னை கூட்டிடுப் போ மணிபாரதி. எனக்கு ஜெனியை இப்ப பார்க்கணும்” என்று அழுதபடி சொன்னவள் வாசல்படியில் உட்கார்ந்து கொண்டாள். இவன் அவளது செல்போனை பாக்கெட்டில் திணித்துக் கொண்டு உள்ளே போய் வண்டிச்சாவியை எடுத்து வந்தான். வசந்தியிடம் “பார்த்துக்கோ” என்று சொல்லி விட்டு கதவை பூட்டாமலே வண்டியை எடுத்தான்.

“அண்ணோவ் லுங்கியோடயே போறீங்க?” என்றாள் வசந்தி. அதற்குள் வண்டியை ஸ்டார்ட் செய்ததும் ப்ரியா அவன் பின் இருக்கையில் ஏறி அமர்ந்தாள்.

“இவளே தலை கூட சீவாம வந்திருக்கப்ப லுங்கியே போதும் கதவை பூட்டிக்கறதுன்னா பூட்டிக்க” என்றவன் வண்டியைக் கிளப்பினான். வண்டி வேட்டைகாரன் கோவில் வருகையிலேயே ப்ரியா தன் விசும்பலை நிறுத்தியிருந்தாள். ஊத்துக்குளி ஆர்.எஸ்சில் ஜெனி வீட்டின் முன் அவன் வண்டியை நிறுத்த அரைமணி நேரம் ஆகியிருந்தது. ஜெனி வீடு பூட்டப்பட்டுக் கிடந்தது! யாரையாவது விசாரிக்கலாமென்றால் அந்த வீதியில் ஆள் நடமாட்டமே இல்லாமல் இருந்தது. பார்த்துவிட்டு அவனாக நகர்ந்தான். ப்ரியா மணிபாரதியின் பின்னாலேயே வந்தாள். பக்கத்து வீட்டு காலிங் பெல்லை அவன் அடித்துக் கொண்டிருந்தான்.

அந்த வீட்டின் கதவு திறந்து ஒரு அம்மாள் வெளியே வந்தாள். அவள் இவர்களை யாரெனத் தெரியாமல் விழித்தாள்.

"இங்க பக்கத்து வீடு பூட்டியிருக்குங்களே? அதுல ஜெனியின்னு..."

"அந்தப் பொண்ணா? அது போயி ரெண்டு நாளாச்சே? அதுக்கு நீங்க என்ன வேணும்?"

"போயின்னா கோயமுத்தூரே போயிடுச்சுங்களா?"

"மருந்து குடிச்சு செத்துப் போச்சுப்பா! பாடியை கோயமுத்தூர் எடுத்துட்டு போயிட்டாங்க! அதெல்லாம் இந்த நேரம் கருப்பெல்லாம் முடிச்சிருப்பாங்க" என்று அந்த அம்மாள் சொன்ன போது இவன் திரும்பி ப்ரியாவைப் பார்த்தான். அவள் சிலை மாதிரி தான் நின்றிருந்தாள். இவன் அவள் கைப்பிடித்து வண்டிக்கு கூட்டி வந்தான். இவன் வண்டியை கிளப்பவும் பொம்மை மாதிரி ஏறி அமர்ந்து கொண்டாள்.

ஊத்துக்குளியைத் தாண்டியதும் வண்டியை நிறுத்தியவன் இவள் ஏன் இன்னும் அழாமல் பித்து பிடித்தவள் போல இருக்கிறாள் என்று குழம்பி இருபுறமும் தாண்டுக்கால் போட்டு அமரச் சொன்னான். அவள் இறங்கி இவன் சொன்னது போலவே அமர்ந்து இவனைக் கட்டிக் கொண்டு முதுகில் சாய்ந்து கொண்டாள். அதன்பின் இவன் வண்டியைக் கிளப்பினான். வீடு வரை எதுவும் அவளிடம் இவன் பேச்சுக் கொடுக்கவில்லை. வீடு வரை அழாமல் வந்தவள் வீடு வந்தும் பொம்மை மாதிரியே இவன் பின்னால் வீட்டுக்குள் வந்தாள். வீட்டினுள் ஷோபாவில் அமர்ந்திருந்த வசந்தி, என்னாச்சுண்ணா? என்றாள். டிவியை அப்போது தான் அணைத்திருந்தாள் வசந்தி.

"போயி ரெண்டு பேருக்கும் டீ போட்டு எடுத்துட்டு வா வசந்தி" என்றான். அவள் சமையல் கட்டுக்குச் சென்றாள். ப்ரியா எங்கும் அமராமல் நின்று கொண்டிருந்தாள் தலை குனிந்தபடி! என்ன பெண்ணிவள்? எந்த ரியாக்சனும் இல்லாமல் இருக்கிறாளே!

"ப்ரியா அழுகை வந்தா அழுதுடு! இப்படி என்னை பயப்படுத்தாதேடி!"

"நான் அழமாட்டேன் மணிபாரதி! அழுகையே வரலை எனக்கு. நான் அவளை நம்பிட்டு இருந்தேன் வீடு வந்து என்னை கூட்டிட்டு போயிடுவாள்னு. அவ ஏமாத்திட்டா! நான் நீ கட்டிக்கப்போற தகவலை மட்டும் தான் அவளுக்கு சொன்னேன். அது மட்டும்

அவளுக்கு தெரிஞ்சாப் போதும்னு நெனச்சேன். மிச்சத்தை அவதான் பாத்துக்கணும். ஆனா உன் நெம்பரை வாங்கி உன்னை மிரட்டிட்டு விட்டுட்டா அதோட! உன்னை சுவத்துக்கு சுண்ணாம்பு பூசுறவன் தானேன்னு கேட்டதா நீ சொன்னே மணிபாரதி. அவ எப்பவும் அப்படித்தான் பேசுவா!

அது அவ பழக்கம். என்னால உனக்கு சங்கடம் பாருன்னு நெனச்சு ரொம்ப சங்கடப்பட்டேன் நானு. நீயும் கூடச் சொன்னே அவளை ஆம்பளையா நெனச்சிக்கிறாள்னு! நான் போய் அவகிட்ட நின்னாத்தான் நீ சொன்ன மாதிரி பாயை எடுத்துட்டு கீழ போயி படுன்னு சொல்வா! நான் போய் அவகிட்ட நின்னாத்தான் பத்து நாள்ல சலிப்பு வரும் அவளுக்கு. அவமேல காதல் எனக்கு மட்டும் இல்ல மணிபாரதி. அவளுக்கும் என்மேல காதல் தான். என்னை வந்து கூட்டிட்டு ஜெனி போயிருக்கணும். அதனால தான் சிம் கார்டை எடுத்துட்டு அக்காட்ட வேற சிம் போட்டு போனை கொடுத்துட்டேன். கடைசில ஜெனி ஆம்பளையா நெனச்சிட்ட ஒரு பொண்ணுதான் மணிபாரதி! அதனால தான் செத்துட்டா! அதனால தான் நான் அழலை! உன்னை கட்டிக்கிற நெனப்பு தோணுச்சுன்னாத்தான் இந்த வீட்டுக்குள்ள வருவேன்னு சொன்னேன். இன்னும் என்னை கட்டிப் புடிக்காம உக்காந்திருக்கியேடா" என்றாள் ப்ரியா.